ആൽക്കെമി

ജിൻസൺ സ്കറിയ

Copyright © Jinson Skaria
All Rights Reserved.

This book has been self-published with all reasonable efforts taken to make the material error-free by the author. No part of this book shall be used, reproduced in any manner whatsoever without written permission from the author, except in the case of brief quotations embodied in critical articles and reviews.

The Author of this book is solely responsible and liable for its content including but not limited to the views, representations, descriptions, statements, information, opinions and references ["Content"]. The Content of this book shall not constitute or be construed or deemed to reflect the opinion or expression of the Publisher or Editor. Neither the Publisher nor Editor endorse or approve the Content of this book or guarantee the reliability, accuracy or completeness of the Content published herein and do not make any representations or warranties of any kind, express or implied, including but not limited to the implied warranties of merchantability, fitness for a particular purpose. The Publisher and Editor shall not be liable whatsoever for any errors, omissions, whether such errors or omissions result from negligence, accident, or any other cause or claims for loss or damages of any kind, including without limitation, indirect or consequential loss or damage arising out of use, inability to use, or about the reliability, accuracy or sufficiency of the information contained in this book.

Made with ♥ on the Notion Press Platform
www.notionpress.com

മനസ്സിൽ ഉരുവാക്കപ്പെടുന്ന ഓരോ സൃഷ്ട്ടികൾക്കും പിന്നിൽ ഒരജ്ഞാത ശക്തി ഒപ്പമുണ്ടെന്ന് വിശ്വസിക്കുന്നു. ഈ യാത്രകളിൽ ഉടനീളം സഞ്ചരിച്ചതും അവിടേക്കാണ്. ഒരിക്കൽ കാണുമെന്ന പ്രതീക്ഷയോടെ, ആ മാസ്മരിക രാത്രികളിലേക്ക് വീണ്ടും ക്ഷണനം.

ഉള്ളടക്കം

ആമുഖം	vii
അവതാരിക	ix
1. അദ്ധ്യായം 1	1
2. അദ്ധ്യായം 2	3
3. അദ്ധ്യായം 3	5
4. അദ്ധ്യായം 4	9
5. അദ്ധ്യായം 5	13
6. അദ്ധ്യായം 6	19
7. അദ്ധ്യായം 7	23
8. അദ്ധ്യായം 8	27
9. അദ്ധ്യായം 9	31
10. അദ്ധ്യായം 10	34
11. അദ്ധ്യായം 11	37
12. അദ്ധ്യായം 12	47
13. അദ്ധ്യായം 13	50
14. അദ്ധ്യായം 14	53
15. അദ്ധ്യായം 15	55
16. അദ്ധ്യായം 16	60
17. അദ്ധ്യായം 17	69
18. അദ്ധ്യായം 18	98
19. അദ്ധ്യായം 19	101
ബയോഗ്രാഫി	109

• v •

ആമുഖം

'ആൽക്കെമി'യുടെ ആരംഭമെന്നത് വർഷങ്ങൾക്ക് മുൻപ്, കൃത്യമായി പറഞ്ഞാൽ 2017 ലെ ഒരു ശവസംസ്കാര ശുശ്രുക്ഷയായിരുന്നു. മുൻപെപ്പോഴോ മനസ്സിൽ ഉരുവായ കഥാസാരം പൂവായി കായായി ഫലമായി തളിർത്തപ്പോൾ ചുറ്റുപ്പാടുകൾ കഥാപ്പാത്രങ്ങളായി. മനസ്സിലെ ചലച്ചിത്ര മോഹങ്ങൾ കഥയെ തിരക്കഥാരൂപത്തിലെത്തിച്ചെങ്കിലും മറ്റേത് മേഖലയെക്കാളും ദുഷ്കരമായിരുന്നു അവിടേക്കുള്ള യാത്ര, ഒപ്പം ഭാഗ്യ നിർഭാഗ്യങ്ങളുടെ വിളയാട്ടവും. കാലക്രമേണ സമാന സൃഷ്ടികൾ രൂപപ്പെടുന്നു എന്ന ബോധ്യത്തിൽ നിന്നും ഇന്നുള്ള ' ആൽകെമി ' രചിക്കപ്പെട്ടു. നോവലിൽ നിങ്ങൾ പരിചയപ്പെടുന്ന ഏറിയ പങ്കാളുകളും ആ യാത്രകളിൽ എനിക്കൊപ്പമുള്ളവരായിരുന്നു. ഒരുപക്ഷേ അത് നിങ്ങളോ, നമുക്ക് ചുറ്റുമുള്ളവരോ.. ആരുമാകാം!!...

അവതാരിക

1

നിരവധി വായനക്കാരടങ്ങിയ ത്രില്ലർ ഗണത്തിലേക്ക് സന്തോഷപൂർവ്വം സധൈര്യം ഉൾപ്പെടുത്താൻ കഴിയുന്ന ഒരു സൃഷ്ട്ടി തന്നെയാണ് ജിൻസൺ രചിച്ച 'ആൽകെമി'. നന്മയും തിന്മയുമായി കാലാകാലങ്ങളായുള്ള യുദ്ധത്തിന്റെ തുടർച്ചയാണ് ഇവിടെയും പ്രതിപാദ്യ വിഷയം. പലപ്പോഴും മഹാരഥന്മാർ പല രീതിയിൽ ആഖ്യാനിച്ചിട്ടുണ്ടെകിലും അതിന്റെ അവതരണ രീതി തന്നെയാണ് എപ്പോഴും അതിനെ വ്യത്യസ്തമാക്കുന്നത്. അവിടെയാണ് ജിൻസൺ എന്ന എഴുത്തുക്കാരന്റെ തൂലികാ ശക്തി നമുക്ക് കാണാൻ സാധിക്കുന്നത്. അലക്സ് എന്ന പോലീസ് ഉദ്യോഗസ്ഥന്റെ ജീവിത യാത്ര, അല്ലെങ്കിൽ സത്യം തെളിയിക്കുന്നതിനും സ്വസ്ഥമായി ജീവിക്കുവാനുമുള്ള അദ്ദേഹത്തിന്റെ അടങ്ങാത്ത അഭിനിവേശമെന്നും നമുക്കിതിന് വിശേഷണം നൽകാം. ഈ യാത്ര തീർത്തും ഒരു നാണയത്തിന്റെ ഇരുവശങ്ങളെന്നപ്പോലെ സ്നേഹവും ദുരൂഹതകളും നിറഞ്ഞതാണ്. അലക്സും ആതിരയും വല്ല്യമ്മച്ചിയും ശരത്തുമൊക്കേ നമ്മുടെ ഹൃദയ താളങ്ങളിലേക്ക് കഥാപാത്രങ്ങൾക്കതീതമായി തന്നേ ചേക്കേറുന്നു. പിന്നീടുള്ള ചടുലതയാർന്ന ആഖ്യാനം നോവലിന്റെ വലിയ മേന്മ തന്നെയാണ്. ഭൂതകാലവും വാർത്തമാനവും ഇടകലർത്തി കഥ പറയുമ്പോഴും എഴുത്തുകാരൻ തെല്ലിഴ ഉലയാതെ തന്റെ നോവലിനെ പരിസമാപ്തിയിൽ എത്തിക്കുന്നു. ഇനിയും അക്ഷരങ്ങൾ കൊണ്ട് നമ്മിൽ വിസ്മയം തീർക്കുവാൻ പ്രിയ സുഹൃത്തിന് കഴിയുമെന്ന് തന്നെ ഉറച്ചുവിശ്വസിക്കുന്നു, ഒപ്പം ഹൃദയത്തിന്റെ ഭാഷയിൽ നിന്ന് എല്ലാവിധ ആശംസകളും നേരുന്നു.

ഷഹദ് നിലമ്പൂർ

സിനിമ സംവിധായകൻ (പ്രകാശൻ പറക്കട്ടെ , അനുരാഗം)

2

എക്കാലവും വയനക്കാരിൽ വലിയൊരു വിഭാഗവും നെഞ്ചിലേറ്റിയ പാറ്റേണുകളിലൊന്നാണ് ത്രില്ലർ സ്വഭാവമുള്ള നോവലുകൾ. അത്തരം എഴുത്തുകളെ ഇഷ്ടപ്പെടുന്നാർക്കും ധൈര്യമായി തന്നെ തിരഞ്ഞെടുക്കാവുന്ന മികച്ച കൃതികളിൽ ഒന്നാണ് യുവ എഴുത്തുകാരനായ ജിൻസന്റെ 'ആൽകെമി'. നോവലിന്റ അവസാന താളുകളിലേക്ക് കടക്കുമ്പോൾ പോലും, ആ ത്രില്ലർ സ്വഭാവം നഷ്ടമാകാതെ നിലനിർത്താൻ കഴിഞ്ഞു എന്നത് പ്രശംസനിയമാണ്. അന്വേഷണത്തിന്റെ ആരംഭഘട്ടം മുതൽ അവസാനം അലക്സ് വന്നു നിൽക്കുന്ന ഇടം വരെ ഒരു ചിത്രം പോലെ അക്ഷരങ്ങൾ കൊണ്ട് വരച്ചുകാട്ടുവാനും എഴുത്തുകാരന് പൂർണമായും സാധിച്ചു. ആയതിനാൽ തന്നെ അലക്സ്, ആതിര,വല്യമ്മച്ചി, ശരത് അങ്ങനെ നോവലിലെ എല്ലാ കഥാപാത്രങ്ങളും വായനക്കാരുടെ മനസ്സിൽ തങ്ങളുടേതായ ഇടം കണ്ടെത്തുന്നു.

മലയാള സാഹിത്യ ലോകത്തേക്ക് ചുവടുവെക്കുന്ന പ്രിയ സുഹൃത്തിന് എല്ലാവിധ ഭാവുകങ്ങളും ഹൃദയത്തിന്റെ ഭാഷയിൽ നേരുന്നു.

ഷിജിൻ ലാൽ,
തമിഴ് മൂവി ഡയറക്ടർ
(ഗ്രാൻഡ്മാ)

1

കാർമേഘങ്ങളാൽ പുതച്ചുമൂടിയ സായാഹ്നം. വലിയൊരു പേമാരിയെ വരവേറ്റ് കൊണ്ട് കുളിർ കാറ്റും. സമയം നാലുമണി, കോരിച്ചൊരിയുന്ന ആ മഴയിൽ വിജനമായ ഒരു പ്രദേശത്തെ സെമിത്തേരിയുടെ ഒഴിഞ്ഞ കോണിലായി കാണുന്ന ധാരാളം മൺകൂനകൾ. അതിന് സമീപത്തായി കാണുന്ന വലിയൊരു കുഴിയിലേക്ക് മണ്ണ് വെട്ടിയിടുകയാണ് നിസ്സഹായനായ ഒരു പതിനാല് വയസ്സുകാരൻ. ചെളിപുരണ്ട ബനിയനും ട്രൗസറും ആണ് അവന്റെ വേഷം. ആ കുഴിയിൽ ഒരു കുടുംബത്തിലെ മൂന്ന് പേരുടെ വെള്ളത്തുണിയിൽ പൊതിഞ്ഞ ശവശരീരം വ്യക്തമാകുന്നു. അത് ഒരച്ചന്റെയും അമ്മയുടെയും മകളുടെയും മൃത ശരീരമാണ്. പെരു മഴയാൽ നനഞ്ഞ് കുളിർ കുതിർന്ന മണ്ണുക്കൊണ്ട് അവനാ ശവശരീരങ്ങളെ മറവ് ചെയ്തശേഷം, ചെളിയിൽ മൺകൂനകൾ തീർത്തു. അതിനു മീതെ ചെറിയൊരു മരക്കൊമ്പ് കൂട്ടിക്കെട്ടി താൽക്കാലികമായൊരു കുരിശ് രൂപം കുത്തി നിർത്തി.

വേദനയോടെ, അവനവന്റെ കർത്തവ്യം പൂർത്തിയാക്കിയ ശേഷം ഉന്നതിയിലേക്ക് നോക്കി ഉച്ചത്തിൽ അലറി വിളിച്ചു. തുടർന്ന് സാവധാനം ആ മൺകൂനയുടെ അരികിലൂടെ അവൻ നടന്നു നീങ്ങി. പകയും, വിദ്വേഷവും അവന്റെ മുഖത്ത് അത്യന്തം പ്രകടമാണ്. സമയം പന്ത്രണ്ട് മണി ആയിരിക്കുന്നു. ഇരുളാർന്ന രാവിന്റെ ഈറൻ യാമത്തിൽ വിജനമായ സെമിത്തേരിയെ ലക്ഷ്യമാക്കി അങ്ങ് ദൂരെ നിന്നും ഒരു വാഹനത്തിന്റെ ശബ്ദം പരക്കുന്നു. മരപ്പടർപ്പുകൾക്കിടയിലൂടെ ഇരുട്ടിനെ കീറിമുറിച്ച് കടന്ന് പോകുന്ന ഗോവൻ രജിസ്ട്രേഷൻ കോണ്ടസ കാർ.

ആ സെമിത്തേരിക്ക് മുൻപിലായി നിർത്തിയപ്പോൾ, കാറിൽ നിന്നും മൂന്നുപ്പേർ പുറത്തേക്കിറങ്ങി. തലയിൽ ക്യാപ്പോട് കൂടിയ കറുത്ത വേഷധാരികളായ അവരുടെ മുഖം ഇരുട്ടിൽ അവ്യക്തമാണ്. അവർ കാറിന്റെ ഡിക്കി തുറന്ന് അതിൽ കരുതി വെച്ചിരുന്ന പാര, റോപ്പ് ഏണി, ബ്ലാക്ക് ആൻഡ് വൈറ്റ് പെയിന്റ്... മുതലായ സാധന സാമഗ്രികൾ എടുത്ത് ബൊക്കകളാൽ അലംകൃതമായ കല്ലറക്കടുത്തേക്ക് നടന്നു നീങ്ങവേ, മങ്ങിയ വെളിച്ചത്തിൽ മുൻപിലെ ബോർഡിലായി ഇപ്രകാരം എഴുതിയിരിക്കുന്നത് കാണാം.

" ഞാൻ തന്നെ പുനരുദ്ധാനവും ജീവനും ആകുന്നു. എന്നിൽ വിശ്വസിക്കുന്നവൻ മരിച്ചാലും ജീവിക്കും".

പദ്ധതി പ്രകാരം കൃത്യം അര മണിക്കൂർ കൊണ്ട് തന്നെ അവർ ദൗത്യം നിർവഹിച്ചിരിക്കുന്നു.

ശവം തീനികളായ മനുഷ്യരൂപം അണിഞ്ഞ ചെകുത്താന്മാർ, ആ കല്ലറയിൽ നിന്നും ഇരുട്ടിന്റെ മറവിൽ മോഷ്ടിച്ച ശവശരീരവും താങ്ങി അവരുടെ കാറിനടുത്തേക്ക് നടന്നു നീങ്ങി. പെട്ടെന്നായിരുന്നു അവിടേക്ക് എതിർവശത്ത് നിന്നൊരു ടോർച്ച് വെളിച്ചം തെളിഞ്ഞത്. മൂവരും ഒരു നിമിഷം സ്തംഭിച്ചു എങ്കിലും, പൊടുന്നനെ ടോർച്ച് ഏന്തിയാൾക്ക് ശിരസ്സിന് പിന്നിൽ ഏൽക്കുന്ന പ്രഹരത്താൽ താഴേക്ക് പതിക്കുന്നു. എന്തോ ഒരു ഗൂഢ ലക്ഷ്യം നിറവേറ്റിയ ഭാവത്തോടെ മൂവരും ആ ശവശരീരവും ഡിക്കിയിൽ ആക്കി കയ്യിൽ കരുതിയ ആയുധങ്ങളും വണ്ടിയിലേക്ക് നിക്ഷേപിച്ച് അവിടെ നിന്നും യാത്രയായി.

2

കിഴക്ക് വെള്ള കാറ്റുകൾ വീശി, പൊൻ സൂര്യൻ ഭൂമിയെ തന്റെ കിരണങ്ങളാൽ ആശീർവദിക്കുന്ന നേരം. ഏതോ ഒരു ജയിലറയ്ക്കുള്ളിൽ വാചാലനായിരിക്കുന്ന ഒരാൾ. സെല്ലിന് പുറത്ത് ധാരാളം കുറ്റവാളികൾ അവരവരുടെ കർത്തവ്യം നിറവേറ്റി കൊണ്ടിരിക്കുമ്പോൾ, അയാൾ തനിക്ക് ചുറ്റുമുള്ളതൊന്നും ഗൗനിക്കാതെ അഗാദമായ ചിന്തയിലാണ്. രംഗാനുസ്യതം അത് വഴി കടന്ന് പോയ ഒരു പോലീസുകാരൻ അയാളെ വിളിച്ചു " ഡ്രസ്സ് നമ്പർ 369 "...

അയാൾ അൽപം ഇടത്തേക്ക് ശിരസ്സൊന്ന് ചരിച്ചു.

പോലീസുകാരൻ തുടർന്നു "എടോ, തന്റെ റിലീസ് ഇങ്ങടുത്തു. ഇനിയെങ്കിലും മാന്യനായി ജീവിക്കാൻ നോക്ക്. "

പോലീസുകാരന്റെ ഉപദേശം കേട്ടിട്ടൊരു പുച്ഛരമനോഭാവത്തോടെയാണ് അയാൾ അവിടെ ഇരുന്നത്. സെല്ലിനുള്ളിലെ ചുവരിലായി താൻ വരച്ച് തീർത്ത അവ്യക്തമായ ചില ചിത്രങ്ങൾ. അതിൽ തലകീഴായ കുരിശ് രൂപങ്ങൾ കൂടാതെ ഒരു പോലീസ് ഉദ്യോഗസ്ഥന്റെ നിഴൽ രൂപവും ചില സൈനുകളും.

അല്പം നടന്നു നീങ്ങിയ ഉദ്യോഗസ്ഥന്മാരിൽ കൂട്ടത്തിൽ ഒരാൾ മറ്റു പോലീസുകാരനായ സീനിയർ ഉദ്യോഗസ്ഥനോട് ആരാഞ്ഞു.

" എന്തായിരുന്നു സാറേ അയാളുടെ പേരിലുള്ള കുറ്റം"?.

"തനിക്കോർമ്മയില്ലേ വർഷങ്ങൾക്ക് മുമ്പ് കോളിളക്കം സൃഷ്ടിച്ച ബോഡി മിസ്സിംഗ് കേസ് ".

ജൂനിയർ പോലീസ് ഓഫീസർ അതിശയത്തോടെ "അപ്പോ ഇത് "
" അതെ എസ് ഐ അലക്സ്. "
" അയാൾ ആകെ അങ്ങ് മാറിപ്പോയല്ലോ. "
" പിന്നെ മാറാതെ സുഖവാസത്തിന് വന്നതല്ലല്ലോ... ജയിലല്ലേ, തനിക്ക് അയാളെ പരിചയമുണ്ടോ? സീനിയർ ഉദ്യോഗസ്ഥൻ ആകാംക്ഷയോടെ ചോദിച്ചു
" ക്യാമ്പിൽ എന്റെ സീനിയർ ആയിരുന്നു, ഇപ്പോ എത്ര നാളായി?. "
" മൂന്നുവർഷം കഴിയുന്നു,അടുത്താഴ്ച റിലീസാണ് ".
"ഉം " ജൂനിയർ പോലീസുകാരൻ ഒന്ന് മൂളി

തടവറക്കുള്ളിൽ ഇരിക്കുന്ന അലക്സ് ഇതൊക്കെ വ്യക്തമായി തന്നെ കേൾക്കുന്നുണ്ടായിരുന്നു. അവൻ തന്റെ താടിയിൽ ഒന്ന് തടവിയ ശേഷം കരഞ്ഞു കലങ്ങിയ കണ്ണുകൾ അടച്ചുക്കൊണ്ട് ആ ചുവരിൽ തന്നെ തലച്ചായിച്ച് ഇരുന്നു. മിഴികളിൽ നിന്നും ഉതിർന്നു വീഴുന്ന നീർത്തുള്ളികൾക്കറിയാം തന്റെ ഉള്ളിലെ ചുട്ടുപ്പൊള്ളുന്ന കനലിൽ നിന്നുമാണ് ഈ കണ്ണുനീർത്തുള്ളിയുടെ പരിണാമം എന്ന്. മാറാല പിടിച്ച തന്റെ ഉള്ളിലെ വികാരങ്ങളെ വലിച്ചുകീറി അലക്സ് തന്റെ ഓർമ്മകളെ പൊടി തട്ടിയെടുത്തു.

3

ആതിര എന്ന ഒരു പാവം അനാഥ പെണ്ണ്.

അവളെ തന്റെ ജീവിത സഖിയായി കൂടെ കൂട്ടുന്നതിനും മുൻപിലെ ആദ്യ കൂടിക്കാഴ്ച, പ്രണയ രംഗങ്ങൾ അങ്ങിനെ അങ്ങനെ...

അലക്സ് അവളെ ആദ്യമായി കാണുന്നത് പള്ളിയിലെ ഒരു വിവാഹ ശുശ്രൂഷയിൽ അവളുടെ പാട്ട് കേട്ട് കൊണ്ടായിരുന്നു. ആദ്യ കാഴ്ചയിൽ തന്നെ അവൾ അത്രമേൽ അവന്റെ ഹൃദയത്തെ കീഴ്പ്പെടുത്തി. തുടർന്നുള്ള എല്ലാ ഞായറാഴ്ചകളിലും പള്ളിയിലെ കുർബ്ബാന കൂടുവാനും അവളുടെ പാട്ടൊന്ന് ആസ്വദിക്കുവാനും അലക്സ് സ്ഥിരം സന്ദർശകനായി.

പിന്നീടെപ്പോഴോ കാലചക്രത്തിന്റെ കലാവിരുതിൽ അവർ അനശ്വര പ്രണയ ജോഡികളായി. അവരുടെ പ്രണയ സല്ലാപങ്ങൾക്ക് പ്രകൃതി സാക്ഷ്യം വഹിച്ചു. അഴിപ്പരപ്പിലായി പരസ്പരം കൈകോർത്ത് നടന്നും, സ്നേഹത്തിന്റെ ആ വൈകാരിക മുഹൂർത്തങ്ങളിൽ തിരകളെ നോക്കിയും പരസ്പരം കണ്ണുകളാൽ ആശയം കൈമാറിയും അസ്തമയ സൂര്യൻ ആ നിമിഷത്തെ അത്യന്തം പ്രകാശപൂരിതമാക്കി. ആയിടയ്ക്ക് അലക്സിനെ കാണാനായി നാട്ടിൽ നിന്നും വന്ന വല്യമ്മച്ചി അന്നത്തെ ഞായറാഴ്ച കുർബ്ബാന കൂടുകയും, അലക്സിന്റെയും ആതിരയുടെയും പരസ്പര നോട്ടവും ശ്രദ്ധിക്കാൻ ഇടയായി. കുർബ്ബാന കഴിഞ്ഞ് ഇരുവരും കാറിൽ യാത്രയാകുന്ന നിമിഷം അലക്സിനെ പിന്നിലൂടെ ഓടി വന്ന് നോക്കുന്ന ആതിരയെ

കാറിന്റെ സൈഡ് സീറ്റിലെ കണ്ണാടി ചില്ലിലൂടെ ആ പാവം വല്ല്യമ്മച്ചി പുഞ്ചിരിയോടെ, എന്നാൽ ഒന്നും അറിയാത്ത മട്ടിൽ തന്നേ നോക്കി കണ്ടു കണ്ടില്ല എന്ന് നടിച്ചു, ശേഷം കുറച്ച് ദിവസങ്ങൾ കഴിഞ്ഞ് അലക്സിനൊപ്പം വല്യമ്മച്ചി നാട്ടിലേക്ക് യാത്ര തിരിച്ചു. അധികം താമസിക്കാതെ തന്നെ അലക്സിന്റെ ബർത്ത്ഡേ വന്നെത്തി. അലക്സിനെ കാണാൻ എത്തിയ വല്യമ്മച്ചി വളരെ ഗംഭീരമായി തന്നെ അവന്റെ ജന്മനാൾ ആഘോഷിച്ചു. അപ്രതീക്ഷിതമായാണ് ഈ വർഷത്തെ ബർത്ത്ഡേക്ക് വല്യമ്മച്ചിടെ വക ഒരു സർപ്രൈസ് ഗിഫ്റ്റ് അലക്സിന് ലഭിക്കുന്നത്, അത് മറ്റൊന്നുമല്ല അതാ തന്റെ മുന്നിൽ അലങ്കാര പൊതിയിൽ ഗിഫ്റ്റ്മായി വന്നിരിക്കുന്നു ആതിര.വല്യമ്മച്ചി ആയിരുന്നു ഇതിന്റെ സൂത്രക്കാരി. ആഘോഷങ്ങൾക്കൊടുവിൽ ആതിര പോകാൻ ഒരുങ്ങി നിന്നപ്പോൾ വല്യമ്മച്ചി തന്റെ കയ്യിൽ കരുതിയ സ്വർണ്ണമാല ആതിരയുടെ കഴുത്തിൽ അണിയിച്ചു കൊടുത്തു. സന്തോഷം കൊണ്ട് അവളുടെ കണ്ണ് നിറഞ്ഞുപോയി,കണ്ടു നിന്ന അലക്സിനും.

അലക്സ് തന്റെ ബൈക്കിൽ ആതിരയെ ഓർഫനേജിലേക്ക് കൊണ്ടുവിടുകയും. അവൾ അകത്തേക്ക് കടക്കുന്നത് വരെ ആ വാതിൽ പടിയിലേക്ക് തന്നെ നോക്കി നിന്നു.

വളരെ പെട്ടെന്ന് തന്നെയായിരുന്നു അലക്സ് ആതിര വിവാഹിതരാവുന്നത്.

"ആമേൻ "....എന്ന ശബ്ദം കേട്ടുക്കൊണ്ട് അലക്സ് കണ്ണ് തുറന്നു നോക്കി ചിരിച്ചു. പുരോഹിതൻ ഇരുവരെയും ആശിർവദിച്ചു.

“സർവ്വശക്തനായ ദൈവം നിങ്ങളെ അനുഗ്രഹിക്കുമാറാകട്ടെ.”

അലക്സും ആതിരയും ജനങ്ങൾക്ക് മദ്ധ്യത്തിലൂടെ പുറത്തേക്ക് നടന്നിറങ്ങി.

നാളുകൾ കഴിഞ്ഞു പോയി. അലക്സും ആതിരയും അവരുടെ വിവാഹ ജീവിതത്തിൽ പരിപൂർണ്ണ സന്തോഷവും സംതൃപ്തിയുമായി ജീവിച്ചു പോരുന്നു. അങ്ങനെയിരിക്കെ ഒരു ഞായറാഴ്ച ദിവസം അലക്സ് കട്ടിലിൽ കിടന്ന് ഉറങ്ങുകയാണ്, ആതിര ചായയുമായി അവരുടെ മുറിയിലേക്ക് കടന്നു വന്നു. ചായ ടേബിളിലായി വച്ചതിനുശേഷം കട്ടിലിൽ ഇരുന്നുക്കൊണ്ട് ഉറങ്ങിക്കിടക്കുന്ന അലക്സിനെ ഒന്ന് നോക്കി ഏറെ വാത്സല്യത്തോടെ വിളിച്ചു.

"ഇച്ചായാ ഒന്നെഴുന്നേറ്റേ... സമയം ഇത് എത്രയായെന്നാ പള്ളി പോകണ്ടേ?.

(ആതിര അലക്സിനെ കുലുക്കി വിളിച്ചു, അലക്സ് അനങ്ങുന്നതേയില്ല.)

എന്നാ വരണ്ട ഞാൻ പോയേക്കുവാ ".

ആതിര പുറത്തേക്ക് പോകാൻ തുടങ്ങിയപ്പോൾ, അലക്സ് അവളെ കട്ടിലിലേക്ക് വലിച്ചിട്ടു. സ്നേഹാർദ്രമായ നിമിഷം സമയം ശ്രദ്ധയിൽപ്പെട്ട ആതിര ചാടി എഴുന്നേറ്റു.

" ദൈവമേ കുർബ്ബാന കഴിയാറായല്ലോ..! ഇച്ചായാ ഒന്ന് റെഡിയായേ പെട്ടെന്ന്." അലക്സ് ഇതൊന്നും ഗൗനിക്കാതെ തലയിൽ പുതപ്പ് മൂടി അങ്ങനെ കിടന്നു, ആതിര റൂമിന് പുറത്തേക്ക് ഇറങ്ങി.

അലക്സും ആതിരയും അവരുടെ വെള്ള മാരുതിയിൽ പള്ളിയിലേക്കു പുറപ്പെട്ടു. സമയം ഒരുപാട് വൈകിയതിനാൽ ഇരുവരും പള്ളിയിലേക്കുള്ള സ്റ്റെപ്പ് കയറുമ്പോൾ തന്നെ ജനങ്ങൾ പള്ളിയിൽ നിന്ന് പുറത്തേക്കിറങ്ങി വന്നുക്കൊണ്ടിരുന്നു.

കൂട്ടത്തിലെ വയോധികൻ ആതിരയോട് ചോദിച്ചു.

"എന്താ മോളെ....അലക്സിന്നും എഴുന്നേക്കാൻ വൈകിയോ"

ഇത് കേട്ട എല്ലാവരുമൊന്ന് ചിരിച്ചു, അലക്സ് സ്വല്പം ഗൗരവത്തോടെ ആതിരയെ ഒന്നു നോക്കി. അകത്തേക്ക് കടന്ന ഇരുവരും വളരെ ദൂരെ നിന്ന് തന്നെ പുരോഹിതന്റെ ദൃഷ്ടിയിൽ പെട്ടു. പള്ളിക്കുള്ളിലെ വിശ്വാസികൾ വരിവരിയായി നിന്നുക്കൊണ്ട് അച്ചന്റെ കൈവെപ്പ് ഏറ്റതിനുശേഷം പുറത്തേക്ക് പോയി. ഏറ്റവും പിന്നിലായി അലക്സും ആതിരയും കാത്തു നിന്നു, അല്പ സമയത്തിനുള്ളിൽ തങ്ങളുടെ ഊഴവും കഴിഞ്ഞ് അവർ പുറത്തേക്കിറങ്ങി. പള്ളിമുറ്റത്തായി നിന്നുക്കൊണ്ട് അലക്സും ആതിരയും പരിചയക്കാരോട് സംസാരിക്കുന്നതിനിടക്കാണ് പുരോഹിതൻ അവരുടെ അടുത്തേക്ക് വന്നത്. പുരോഹിതൻ ഇരുവരോടുമായി ചോദിച്ചു.

" കാണാതായപ്പോ ഞാൻ കരുതി നിങ്ങളിനി നാട്ടിൽ പോയി കാണും എന്ന്. അതോ ഇന്നും കക്ഷി ഉറങ്ങിപ്പോയോ?..

(പുരോഹിതൻ ഒന്ന് ചിരിച്ചു.)

അല്ല നിങ്ങളിനിയും നാട്ടി പോയില്ലേ? "

“ഇല്ലച്ചോ, ജോയിൻ ചെയ്തതല്ലേ ഉള്ളൂ പോരാത്തതിന് പോലീസുകാരുടെ ജീവിതവും....ഇനിയിപ്പോ നാട്ടിൽ പോക്കൊക്കേ കണക്കാ." നിരാശയോടെ അലക്സ് പറഞ്ഞു.

"എന്നാ വല്യമ്മച്ചിയെ കൂടി ഇങ്ങ് കൊണ്ട് പോരണം''.

“അച്ചനായിട്ട് ഒന്നു പറ, ഞങ്ങൾ പറയാവുന്നതിന്റെ പരമാവധി പറഞ്ഞു നോക്കി. ആര് കേൾക്കാൻ, അപ്പച്ചന്റെ സെന്റിമെന്റ്സിൽ തന്നെ വല്യമ്മച്ചി അങ്ങനെ നിക്കുവാ ...”

“എന്തായാലും താൻ നാട്ടിൽ പോകുമ്പോ വല്യമ്മച്ചിയോട് എന്റെ അന്വേഷണം പറ. കൂട്ടത്തി പോരുമ്പോ, ആ തോട്ടത്തിന്ന് ഇച്ചിരി തേയില കൂടി കൊണ്ടുപ്പോര്. " പുരോഹിതൻ ചിരിച്ചുക്കൊണ്ട് പറഞ്ഞു.

അലക്സ് വണ്ടിയുടെ ചാവി കൊണ്ട് നെറ്റിയിൽ ഒന്ന് ചൊറിഞ്ഞ ശേഷം പോകാൻ ദൃതിപ്പെട്ടു.

“ശരി അച്ചോ... എന്നാ ഞങ്ങള് ഇറങ്ങിയേക്കുവാ.”

പുരോഹിതൻ അലെക്സിന്റെ തോളിൽ തട്ടി പറഞ്ഞു “ശരി എന്നാ അങ്ങനാകട്ട്...”

തുടർന്ന് സേവ്യറച്ചൻ രണ്ടുപ്പേരുടെയും തലയിൽ കൈവെച്ച് പ്രാർത്ഥിച്ച ശേഷം പള്ളിക്കകത്തേക്ക് പോയി. അവരിരുവരും കാറിൽ കയറി വീട്ടിലേക്ക് യാത്ര തിരിച്ചു.

4

ഞായറാഴ്ച ആയതുക്കൊണ്ട് ചെറിയൊരു ഔട്ടിംഗ് ഒക്കെ ഇരുവരും പ്ലാൻ ചെയ്തതിനുശേഷം ആണ് വീട്ടിലേക്ക് എത്തിയത്. കിച്ചണിലെ ജോലികൾ ഏതാണ്ട് രാവിലെ തന്നെ പൂർത്തിയായിരുന്നു. അതുക്കൊണ്ട് കിട്ടിയ സമയത്ത് അലക്സുമായി കുറച്ചുനേരം ഒന്നിച്ചിരിക്കാൻ അവൾ തീരുമാനിച്ചു. രണ്ടുപേരും വളരെ സന്തോഷത്തോടുക്കൂടി ടിവി കണ്ടുക്കൊണ്ടിരിക്കുമ്പോൾ പൊടുന്നനെ അലക്സിന്റെ ഫോൺ ശബ്ധിച്ച് തുടങ്ങി. അലക്സ് വളരെ ധൃതിപ്പെട്ട് കോൾ അറ്റൻഡ് ചെയ്തു.

"ഓക്കേ സർ, ഓക്കേ ..ഞാനിതാ പെട്ടെന്ന് എത്തിക്കഴിഞ്ഞു"

ആതിര ആകെ വെപ്രാളപ്പെട്ടുക്കൊണ്ട് ചോദിച്ചു"എന്താ ഇച്ചായാ എന്തുപ്പറ്റി ? "

"പെട്ടെന്ന് യൂണിഫോം അയൺ ചെയ്യ്, ഞാൻ ഒന്ന് ഫ്രഷ് ആകട്ടെ." അലക്സ് അവളോട് ധൃതിയിൽ പറഞ്ഞു.

"ഹോ ഞായറാഴ്ച മാത്രമാണ് ആകെയുള്ള ഒരു റസ്റ്റ്, ആരായാലും പറയാമായിരുന്നില്ലേ ഇന്നിനി വരാൻ പറ്റില്ലെന്ന്." ആതിരയ്ക്ക് ദേഷ്യം വന്നു.

അലക്സ് ഇതൊന്നും ഗൗനിക്കാതെ ധൃതിയിൽ കതകിൽ നിന്ന് തോർത്ത് എടുത്ത് ബാത്‌റൂമിലേക്ക് കയറി.

പെട്ടെന്ന് തന്നെ കുളിയും കഴിഞ്ഞ് അവൾ തേച്ചു വച്ച യൂണിഫോം ധരിച്ചുക്കൊണ്ട് അലക്സ് പള്ളിയിലേക്ക് യാത്ര തിരിച്ചു. ഇതെങ്ങോട്ടാണ് ഈ മനുഷ്യൻ വെപ്രാളപ്പെട്ട് പോകുന്നത് എന്ന് ആതിര പിറുപിറുക്കുന്നുമുണ്ട്.

അലക്സ് പള്ളി മുറ്റത്തേക്ക് എത്തിയപ്പോൾ അവിടെ ധാരാളം ജനങ്ങൾ തടിച്ച് കൂടിയിരുന്നു. പോലീസുകാരും മാധ്യമ പ്രവർത്തകരും രാഷ്ട്രീയക്കാരും നാട്ടുകാരും അങ്ങനെ ജനങ്ങളാൽ ആ പള്ളി പരിസരം നിബിഢമായി കാണപ്പെട്ടു. വെപ്രാളപ്പെട്ടുക്കൊണ്ട് തന്നെ അലക്സ് പുരോഹിതന്റെ അടുത്തേക്ക് ചെന്നു.

"എന്താച്ചോ?..എന്താ കാര്യം?"

പുരോഹിതൻ ആകെ ആവലാതിയോടെ പറഞ്ഞു.

"താൻ വാ പറയാം "

പുരോഹിതൻ അലക്സിനെയും കൂട്ടി പള്ളി മേടയിലേക്ക് പ്രവേശിച്ചു.

ടേബിളിൽ കാണപ്പെട്ട 'Fr XAVIER BANEDIC' എന്ന നെയിം ബോർഡ് അച്ചന്റെ മുന്നിലായിയിരിക്കുമ്പോൾ അലക്സിന്റെ ശ്രദ്ധയിൽപ്പെട്ടു, ഏതാണ്ട് മൂന്ന് വർഷം പഴക്കം കാണും അതിന്.പുരോഹിതൻ പ്രശ്നമെന്താണെന്ന് അപ്പോളാണ് പറയുന്നത്

" ഡെഡ് ബോഡി മിസ്സിംഗ് ആണ്."

അലക്സ് അത് കേട്ടപ്പോൾ ആകെയൊന്ന് അമ്പരന്നുപ്പോയി. "എന്നാ അച്ചോ ഒന്ന് തെളിയിച്ചു പറ"

പുരോഹിതൻ വിശദീകരിച്ചു.

"ഇന്നൊരു ശവ സംസ്കാര ശുശ്രൂഷ ഉണ്ടായിരുന്നു. പുള്ളിക്കാരന്റെ ഭാര്യ മരിച്ചിട്ട് ഏതാണ്ട് ഒരാഴ്ച്ച ആകുന്നതേയുള്ളു . പക്ഷേ ഇന്നാ കുടുംബക്കല്ലറ തുറന്നപ്പോ പഴയ ബോഡി മിസ്സിംഗ് ആണ്."

"അതെങ്ങനെ?!!" അലക്സ് ആശ്ചര്യത്തോടെ ചോദിച്ചു

"അത് അറിയില്ല....എല്ലാവർക്കുമിപ്പോ അവരുടെ കല്ലറയും തുറന്നു പരിശോധിക്കണമെന്നാ, ഇതിനോടകം പല കല്ലറകളും തുറന്ന് കഴിഞ്ഞു. ഒന്നുരണ്ടെണ്ണത്തിൽ ബോഡി മിസ്സിങ്ങുംമാണ്."

" അച്ചനാരെയെങ്കിലും സംശയമുണ്ടോ " അലക്സ് സംശയാസ്പദമായി ചോദിച്ചു.

" എന്തിന്റെ അടിസ്ഥാനത്തിൽ....?, ഇങ്ങനെ ഒരു സംഭവം തന്നെ എന്റെ വൈദിക ജീവിതത്തിൽ ആദ്യമായിട്ടാണ്."

പുരോഹിതൻ ഒരുപാട് മനോവേദനയോടെ അലക്സിന്റെ കൈയിൽ പിടിച്ചുക്കൊണ്ട് പറഞ്ഞു.

പുരോഹിതനുമായുള്ള സംസാരത്തിന് ശേഷം അലക്സ് ആകെ പതറിയാണ് പള്ളി മുറ്റത്തേക്ക് ചെന്ന് നിന്നത്. ഒരു നിമിഷം എന്താണ് ഇവിടെ നടക്കുന്നതെന്ന് അറിയാതെ അലക്സ് സ്തംഭിച്ചു പോയി. ശേഷം പള്ളി മുറ്റത്തായി തടിച്ചുക്കൂടിയ വിശ്വാസികൾക്ക് മുന്നിലായി നിന്നുക്കൊണ്ട് അലക്സ് ഉറക്കെ വിളിച്ച് പറഞ്ഞു

" ദയവുചെയ്ത് നിങ്ങളെല്ലാവരും ഇപ്പോ പിരിഞ്ഞു പോകണം വ്യക്തമായ ഒരു അന്വേഷണത്തിന് ശേഷമേ എന്തെങ്കിലും പറയാൻ കഴിയു... "

അലക്സിന്റെ വാക്കുകൾ കേട്ടിട്ടെന്നോണം കൂട്ടത്തിൽ ഒരാൾ ഉറക്കെ വിളിച്ച് പറഞ്ഞു ..

" ഇത് ചെയ്തവൻ ആരായാലും അവൻ വിശ്വാസികൾക്ക് ഉള്ളതാ"

" പോലീസ് അന്വേഷിക്കുന്നുണ്ടല്ലോ അവർ അന്വേഷിക്കട്ടെ" പുരോഹിതൻ പറഞ്ഞു.

" എനിക്ക് എന്തായാലും പോകാൻ പറ്റില്ലച്ചോ, എനിക്കെന്റെ അപ്പന് കാവൽ ഇരുന്നേ പറ്റൂ"... ചെറുപ്പക്കാരനായ മറ്റൊരാൾ രോഷാകുലനായി പറഞ്ഞു.

പുരോഹിതൻ അവരോട് കേണുക്കൊണ്ട് പറഞ്ഞു "ദയവുചെയ്ത് ഞാൻ പറയുന്നത് നിങ്ങളൊന്ന് കേൾക്കൂ ."

അച്ചൻ കൈകൂപ്പി ആളുകൾക്ക് മുന്നിൽ അപേക്ഷിച്ചത് കൊണ്ട് മാത്രം ആളുകൾ സ്വയം അടങ്ങി പിരിഞ്ഞു പോയി. പോലീസുകാർ അവരുടെ ഡ്യൂട്ടി നിർവഹിക്കുന്നതിനായി കല്ലറയിലേക്ക് നടന്നു, അവിടെയെല്ലാം പരിശോധിച്ചു.

"പള്ളിയിലെങ്ങും സിസിടിവി ഇല്ലേ അച്ചോ?" അലക്സ് പുരോഹിതനോടായി ചോദിച്ചു.

പുരോഹിതൻ ഗേറ്റിനു നേരെ നോക്കി വിരൽ ചൂണ്ടി പറഞ്ഞു.

"പുറത്തേ ഗേറ്റിനു സൈഡിലായി ഒന്നുണ്ട് പക്ഷേ.....അതിന്റെ ഫോക്കസൊക്കേ റോഡിലേക്കാണ് ".

തന്റെ ജൂനിയർ പോലീസ് ഉദ്യോഗസ്ഥനായ ശരത്തിനോട് അലക്സ് നിർദ്ദേശമിട്ടു.

" ശരത്തേ.. സിസിടിവി ഡേറ്റാ കളക്റ്റ് ചെയ്യണം, പിന്നെ..ആ ഡോഗ് സ്ക്വാഡിലും ഒന്ന് വിവരം അറിയിച്ചേര് ".

ശരത് കാര്യ ഗൗരവത്തോടെ "യെസ് സർ "

അലക്സ് അവിടെ നിന്നും പോകാൻ ഒരുങ്ങുമ്പോൾ മാധ്യമ പ്രവർത്തകർ പിന്നാലെ കൂടുന്നു.

" സർ, അന്വേഷണത്തിന്റെ ആദ്യഘട്ടം എന്ന നിലയിൽ പോലീസ് എന്ത് നടപടിയാണ് സ്വീകരിക്കുന്നത്? ". ഒരു മാധ്യമ പ്രതിനിധി ചോദിച്ചു

"വ്യക്തമായ ഒരു അന്വേഷണത്തിന് ശേഷമേ അത് പറയാൻ കഴിയു" എന്ന് അലക്സ് അയാളോട് പറഞ്ഞു

"സർ, ഈ കേസുമായി ബന്ധപ്പെട്ട് പോലീസിന് ആരെയെങ്കിലും സംശയമുണ്ടോ? " മറ്റൊരു മാധ്യമപ്രവർത്തകൻ

അലക്സ് അല്പം ഗൗരവത്തോടെ അയാളെ ഒന്ന് നോക്കി. " നിങ്ങളാരെയെങ്കിലും സംശയിക്കുന്നുണ്ടോ? ഞങ്ങളെക്കാ മുൻപ് നിങ്ങളിവിടെ ഉണ്ടായിരുന്നല്ലോ?. അന്വേഷണത്തിന്റെ ആദ്യഘട്ടത്തിലെങ്കിലും ഇത്തരം അർത്ഥശൂന്യമായ ചോദ്യങ്ങൾ ഒഴിവാക്കുന്നതല്ലേ സഹോദരാ അതിന്റെ ശരി. "

" തുടക്കക്കാരന്റെ ഈ വീറും വാശിയും തുടർ അന്വേഷണത്തിലും ഞങ്ങൾക്ക് പ്രതീക്ഷിക്കാമോ? മാധ്യമ പ്രതിനിധികളിൽ മൂന്നാമൻ.

അലക്സ് ഒന്ന് ചിരിച്ചുക്കൊണ്ട് അതിനുത്തരം നൽകി.

" തീർച്ചയായും, പ്രതീക്ഷയാണല്ലോ എല്ലാം.. "

ഇത്രയും പറഞ്ഞ് ശേഷം മാധ്യമപ്രവർത്തകരുടെ ഇടയിൽ നിന്നും അലക്സ് ജീപ്പിൽ കയറി ഓഫീസിലേക്ക് പുറപ്പെട്ടു.

5

വണ്ടിയിൽ ഇരുന്നുക്കൊണ്ട് അലക്സ് ആതിരയെ ആവർത്തിച്ച് ഫോൺ വിളിച്ച് കൊണ്ടിരുന്നു. അലക്സിന് അറിയാം അവൾക്ക് നന്നേ പരിഭവം ഉണ്ടാകുമെന്ന്. ഇന്നെങ്കിലും ഒരു യാത്ര പോകണമെന്ന് അവൾ ഏറെ ആഗ്രഹിച്ചതാണ്. കാര്യഗൗരവം പറഞ്ഞാൽ മനസ്സിലാകും അവൾക്ക്. കാരണം, അവൾ ഒരു പൊട്ടി പെണ്ണല്ല. ആ ഒരു സമാധാനത്തോടെ അലക്സ് വീട്ടിലേക്ക് പോകാതെ നേരെ ഓഫീസിലേക്ക് തന്നെ ജീപ്പ് വെച്ച് പിടിച്ചു. സ്റ്റേഷനിൽ എത്തിയ ഉടനെ തന്നെ അലക്സും മറ്റു പോലീസ് ഉദ്യോഗസ്ഥരും പള്ളിയിലെ സിസിടിവി വിഷ്വൽസ് പരിശോധിക്കുകയാണ്. അപരിചിതമായ യാതൊന്നും തന്നെ ആ വിഷ്വലിൽ അവർക്ക് കാണാൻ കഴിയുന്നില്ല.

ശരത് സംശയാസ്പദമായി ചോദിച്ചു

" പിന്നെയെങ്ങനെ ബോഡി മിസ്സായി!. ആകെ കുഴക്കുന്ന ഒരു കേസ് ആണല്ലോ സാറേ... "

അലക്സ് വിശദീകരിച്ചു.

" ഒന്നാമതാ വിഷ്വൽസ് ഒരുഭാഗത്തേക്കാണ് ഫോക്കസ് ആയി ഇരിക്കുന്നത്..... പിന്നെ എന്താണ് നടന്നതെന്നാ വ്യക്തമായ ഒരു ധാരണയും നമുക്കില്ല".

ശരത് അല്പം ടെൻഷനോടെ പറഞ്ഞു.

" കമ്മീഷണറോടിപ്പോ എന്തോ പറയും? ".

അലക്സ് നിസ്സാരമായി അതിനുള്ള പോംവഴി പറഞ്ഞു. " വല്ലോം ചോദിച്ചാ....അന്വേഷണം പുരോഗമിക്കുന്നു അത്ര തന്നേ. " എല്ലാവരും ഇത് കേട്ട് പൊട്ടിച്ചിരിച്ചു.

അലക്സ് തുടർന്നു

"പിന്നെ മീഡിയയുടെ സംശയത്തിന് തൽകാലം മറുപടി ഒന്നും പറയണ്ട......,
എന്നാ ശരി".
അലക്സ് തലയാട്ടിക്കൊണ്ട് ജൂനിയർ ഉദ്യോഗസ്ഥരോട് പറഞ്ഞു. വിഷ്വലിൽ നിന്നും കാര്യമായി പ്രതീക്ഷിച്ച പോലെ തെളിവുകളൊന്നും ലഭിക്കാത്തതിനാൽ വളരെ നിരാശയോടെ മറ്റ് പോലീസ് ഉദ്യോഗസ്ഥർ അവിടെ നിന്നും പോയ ശേഷം, അലക്സ് ശരത്തിനോടായി ചോദിച്ചു.

" ശരത്തേ ഡോഗ് സ്ക്വാഡ് വന്നിട്ട് എന്തായി"..
പുറത്തേക്ക് ഇറങ്ങാനായി തുടങ്ങിയ ശരത് അലക്സിനു മുന്നിലേക്ക് തിരിഞ്ഞു നിന്നുക്കൊണ്ട് മറുപടി പറഞ്ഞു.

"എന്താവാനാ സാറേ...പട്ടി കൊറേ ഓടി..
ഇത്രയും വലിയ ക്രിമിനൽസിന് പട്ടിയാണോ പ്രശ്നം." അലക്സിന് ചിരി വന്നു.

ശരത്തും പുറത്തേക്ക് പോയതിനുശേഷം അലക്സ് ആ കസേരയിലേക്ക് ചാരി ആലോചനയിൽ മുഴുകി. രാത്രി ഏതാണ്ട് എട്ടുമണിയോടെ അലക്സ് ഓഫീസിൽ നിന്നും വീട്ടിലേക്ക് ഇറങ്ങാൻ ഒരുങ്ങി. ഇനി ഇവിടെ ആലോചിച്ചിരുന്നിട്ട് കാര്യമൊന്നുമില്ലല്ലോ.

ഓഫീസിൽ നിന്ന് ജീപ്പെടുത്ത് അലക്സ് നേരെ വീട്ടിലേക്ക് ഡ്രൈവ് ചെയ്തു.

സ്റ്റേഷനിൽ നിന്നും അത്ര ദൂരം ഒന്നുമില്ല വീട്ടിലേക്ക്. ഞായറാഴ്ച ആയതുക്കൊണ്ടും രാത്രി ആയതിനാലും റോഡിൽ നന്നേ തിരക്ക് കുറവാണ്. എങ്കിലും എന്തെങ്കിലും അത്യാവശ്യമായി വീട്ടിലേക്ക് വാങ്ങേണ്ടതുണ്ടോ എന്നറിയാൻ അലക്സ് ആതിരയെ ഇപ്പോഴും വിളിച്ചുക്കൊണ്ടിരുന്നു.

അവൾ ഫോൺ എടുക്കുന്നതേ ഇല്ല, നന്നേ പരിഭവം കാണും അവൾക്ക്. വളരെ പെട്ടെന്ന് തന്നെ അലക്സ് വീട്ടിലേക്ക് എത്തിച്ചേർന്നു.

ഒരുപാട് നേരം അലക്സ് കോളിംഗ് ബെൽ അവർത്തിച്ചടിച്ചു നോക്കി. ആതിര വാതിൽ തുറക്കുന്നില്ല.

അലക്സ് നേരെ കതകിൽ ചെന്ന് മുട്ടി വിളിച്ചു.

" ആതിര..... ആതിര... കതക് തുറക്ക് ".

അവൾ കതക് തുറന്ന ശേഷം ഒന്നും മിണ്ടാതെ പതിയെ തിരിഞ്ഞു നടന്നു.
അവൾ നേരെ ഡൈനിങ് ടേബിളിന് സമീപത്തേക്ക് ചെന്ന്, ടേബിളിലായി നിലകൊണ്ട പ്ലേറ്റുകൾ തുടച്ച് വൃത്തിയാക്കുകയാണ്.
അലക്സ് നന്നേ ക്ഷീണിതനായി തന്നെ അകത്തേക്ക് കയറി ആതിരക്ക് സമീപത്തേക്ക് ചെന്നു.
"തനിക്കിതെന്തുപറ്റി... എത്ര തവണ വിളിച്ചു.."
ഒന്നുമറിയാത്ത മട്ടിലുള്ള അലക്സിന്റെ ചോദ്യം കേട്ട് ആതിര പിണക്കത്തോടെ ചോദിച്ചു.
" ഇപ്പോ സമയം എത്രയായി?."
കാര്യം മനസ്സിലായെങ്കിലും അലക്സ് ഒന്നും അറിയാത്ത മട്ടിൽ പിന്നെയും,.
" ഓ അതായിരുന്നോ പ്രശ്നം. ക്ലോക്ക് കേടായോ?''.
ആതിര പരിഭവത്തോടെ പറഞ്ഞു.
" അന്നേ വല്യമ്മച്ചി പറഞ്ഞതാ ".
" എന്ത്!!!!".
ആതിര പറഞ്ഞു തുടങ്ങി.
" കല്യാണം കഴിഞ്ഞാ പിന്നെ എല്ലാ ആണുങ്ങളും ഇങ്ങനാ..അതിനു മുൻപ് വരെ മുത്തേ പൊന്നേ.. "പറഞ്ഞു തീർന്നില്ല അലക്സ് ആതിരയുടെ തോളിലായി കൈവെച്ച് ശൃംഗാരത്തോടെ, ഒരു പാട്ടു രൂപേണ പറഞ്ഞു.
" എന്റെ മുത്തേ... പൊന്നേ... പിണങ്ങല്ലേ... നീ ഇച്ചായനോടങ്ങ് ക്ഷമിക്കണേ"...
ആതിര സന്തോഷം കൊണ്ടും,നാണം കൊണ്ടും ഒന്ന് ചിരിച്ചു. അല്പം ഗൗരവത്തോടെ തന്നെ ചോദിച്ചു.
" ഞായറാഴ്ച ധൃതിപിടിച്ച് എന്തായിരുന്നു ഇത്ര കേസ്"
അലക്സ് ആശ്ചര്യത്തോടെ അവളുടെ മുഖത്തേക്കൊന്നു നോക്കി, എന്നിട്ട് പറഞ്ഞു.
" അപ്പോ നീ ഒന്നും അറിഞ്ഞില്ലേ..... "
ആതിര വീണ്ടും പരാതി പറഞ്ഞു.
"മനുഷ്യാ.....വൈകിട്ട് നമ്മള് രണ്ടാളും ഒരുമിച്ചിരുന്ന് ടിവി കണ്ടിരിക്കുമ്പോ അല്ലേ... നിങ്ങക്ക് കോള് വന്നത്. അപ്പോ ഞാൻ

നിങ്ങടെ പൊറകേ നടന്നു ചോദിച്ചു എന്താണ് കാര്യം? എന്താണ് കാര്യമെന്ന്. എന്നിട്ട് നിങ്ങളെന്നോട് എന്തെങ്കിലും പറഞ്ഞോ?,പിന്നെ ഞാൻ എങ്ങനെ അറിയാനാ."

അലക്സ് അതിനും ന്യായീകരിച്ചുക്കൊണ്ട് പറഞ്ഞു. " ഞാൻ പറഞ്ഞില്ലെങ്കിലും നീ അറിയേണ്ടതായിരുന്നു. ഈ നാട് മുഴുവൻ ഇപ്പോ അതാണ് സംസാരം.,അതെങ്ങനാ ടിവി വെച്ചാൽ പിന്നെ സീരിയലല്ലേ കാണൂ"...

ഇതും പറഞ്ഞു അലക്സി ടിവി ഓൺ ചെയ്തു.ആതിര ഇതിന് പ്രത്യേകിച്ച് മറുപടിയൊന്നും പറഞ്ഞില്ല അവന്റെ മുഖത്തേക്ക് തന്നെ അങ്ങനെ നോക്കി നിൽക്കുകയായിരുന്നു. അപ്പോഴാണ് ടിവിയിൽ എഴുതി കാണിക്കുന്നത് "പ്ലീസ് റീച്ചാർജ് യുവർ സർവീസ്."

ഇത് വായിച്ചുടനെ അലക്സിന്റെ മുഖപേശികളിൽ വിടർന്ന ജാള്യയത കണ്ട് ആതിര ഒന്ന് ചിരിച്ചു.

ആതിര ആകാംക്ഷയോടെ ചോദിച്ചു.

"എന്താ ഇച്ചായാ, സസ്പെൻസ് ഇടാതെ കാര്യം പറ. എന്തേലും ഉണ്ടേ എന്നോടൂടെ പറയണമെന്ന് എത്ര തവണ പറയുന്നാ."

"ഓ..ശരി ആതിര ഐപിഎസ്". അലക്സ് കളിയാക്കിക്കൊണ്ട് അവളെ ഒന്ന് തൊഴുതു.

"എന്നാ വേണ്ട, പറയണ്ട" ആതിര പിണങ്ങി.

അലക്സ് ഗൗരവത്തോടെ പറഞ്ഞു തുടങ്ങി

" അത് നമ്മുടെ പള്ളി സെമിത്തേരിയിലെ ഡെഡ് ബോഡിസ് മിസ്സ് ആകുന്നു. "

ഇത് കേട്ട ഉടൻ ആതിര ആകാംക്ഷയോടെ ചോദിച്ചു.

" അതെങ്ങനെ "?.

"അതറിയില്ലാ ...എവിടെ തുടങ്ങണം , എങ്ങനെ തുടങ്ങണമെന്നോ ഒന്നുമറിയില്ല " അലക്സ് നിരാശനായി മറുപടി പറഞ്ഞു.

അവൾ കസേരയിലിരുന്നുക്കൊണ്ട് ആരാഞ്ഞു.

" പോസ്റ്റിംഗ് കിട്ടിയ ഉടനെ ഇങ്ങനെ ഒരു കേസ് "

ആതിരയുടെ മുഖത്തായി ഒന്ന് നോക്കിയിട്ട് അലക്സ് പറഞ്ഞു. " വിശ്വാസികളുടെ പ്രശ്നം ആയതുക്കൊണ്ടാവാം സഭാ വിശ്വാസി തന്നെ അന്വേഷിക്കട്ടെന്നാ ഐജിയുടെ ഓർഡർ".

ആതിര അവിടെ തന്നെയിരുന്നു എന്തെല്ലാമോ ഓർത്തെടുക്കുകയാണ്.
എന്തോ ഒന്നാലോചിച്ച ശേഷം അലക്സ് പെട്ടെന്ന് പറഞ്ഞു.
" നീ ചെന്ന് ചോറ് വിളമ്പ്...വൈകിട്ടെങ്ങാണ്ട് ഏതാണ്ട് കഴിച്ചാ."
ആതിര വല്ലാതെ ആശയക്കുഴപ്പത്തിലാണ്.
" എന്നാലും ഇച്ചായാ, ".
അലക്സ് ആതിരയുടെ മുടിയിൽ തലോടിക്കൊണ്ട് പറഞ്ഞു.
" ഇതാ നിന്നോട് ഞാനൊന്നും പറയാത്തത്. ഇന്നിനി മൊത്തം അതായിരിക്കും
ആലോചന. ചെന്നേ..നീ ചെന്ന് ചോറ് വിളമ്പിക്കേ".
ആതിരയെ ചോറ് എടുക്കാനായി അടുക്കളയിലേക്ക് ഉന്തി തള്ളി വിട്ടശേഷം,അവൻ ബാത്ത് റൂമിലേക്ക് കയറി.
അലക്സ് കുളിച്ച് കഴിഞ്ഞശേഷം ഇരുവരും ഒരുമിച്ച് ഭക്ഷണവും കഴിച്ച് നേരത്തെ തന്നെ കിടന്നു.
അലക്സ് അങ്ങനെ കിടക്കുകയാണ് ആതിര മെല്ലെ അലക്സിന്റെ നെഞ്ചിലായി തല ചായ്ച്ച് കിടന്നുക്കൊണ്ട് അലക്സിനെ വിളിച്ചു.
"ഇച്ചായാ...പിന്നെ"..
കാര്യം മനസ്സിലായത് കൊണ്ട് തന്നേ അലക്സ് ചോദിച്ചു.
"എന്താ.. ആതിരേ...താൻ ഇപ്പോഴും അതുതന്നെ ആലോചിച്ച് കൊണ്ടിരിക്കുവാണോ".
അവളിൽ എന്തൊക്കെയോ സംശയങ്ങൾ പ്രകടമാണ്.
" അല്ല ഇച്ചായാ.. ആർക്കാ ഇപ്പോ ഡെഡ് ബോഡി കൊണ്ട് ഇത്ര ആവശ്യം ".
അലക്സ് ചിരിച്ചുകൊണ്ട് പറഞ്ഞു
" ആ ബെസ്റ്റ്....ഇതറിയാമെങ്കി പിന്നെ കേരള പോലീസിന്റെ പണി കുറഞ്ഞല്ലോ. "...
ആതിര പിന്നെയും പറഞ്ഞു തുടങ്ങി.
" ഇച്ചായാ ഞാൻ ഇപ്പഴാ പഴയ ഒരു കാര്യം ഓർത്തെ... പണ്ട് ഇതുപോലെ ഒരു ന്യൂസ് മീര പറഞ്ഞിട്ടുണ്ട്".
അലക്സ് ഒരു കൊച്ചു കുഞ്ഞിനോട് എന്നപോലെ അവളുടെ മുടി ഇഴകൾ തലോടിക്കൊണ്ട് പറഞ്ഞു.

"അത് പണ്ടല്ലേ... അന്നത് ഏതേലും തെളിയാത്ത കേസി പെടുത്തി കാണും."

ആതിര പിന്നെയും ഇതുതന്നെ ആവർത്തിച്ചു.

" എന്നാലും ആർക്കാ ഇപ്പോ "....

അലക്സിന് ചെറുതായൊന്ന് ദേഷ്യം വന്നു.

" നീ കിടന്ന് ഉറങ്ങിക്കേ..അല്ലെങ്കി ഞാനിപ്പോ കേസ് അന്വേഷിക്കാൻ പോകും".

ആതിര ചിരിച്ചുക്കൊണ്ട് പറഞ്ഞു. "ഞാൻ നിർത്തി ഗുഡ് നൈറ്റ്".

അലക്സ് കോട്ടുവാ ഇട്ടുക്കൊണ്ട് പുതപ്പ് തലയിലൂടെ മൂടി. ഈ കാഴ്ച കണ്ടിട്ടെന്നോണം ചെറുപ്പുഞ്ചിരിയോടെ ആതിരയും മെല്ലെ ഉറക്കത്തിലേക്ക് വഴുതി വീണു.

6

പ്രഭാത കിരണങ്ങൾ ആതിരയെ തൊട്ടുണർത്തി. പുതിയൊരു പുലരിയെ സ്വാഗതം ചെയ്യുന്നതിനു മുൻപ്, ഒരു നിമിഷം ദൈവത്തിനോട് സ്തുതി പറഞ്ഞു കുരിശു വരച്ചശേഷം തൊട്ടടുത്ത് കിടന്നുറങ്ങുന്ന അലക്സിന്റെ നെറ്റിയിൽ വാത്സല്യത്തോടെ ഒന്ന് ചുംബിച്ചു. അവൾ മുറിക്ക് പുറത്തേക്ക് കടന്നു.

പ്രഭാത ചര്യകൾക്ക് ശേഷം അലക്സിനുള്ള ബ്രേക്ക് ഫാസ്റ്റ് റെഡിയാക്കി. അലക്സും നേരത്തെ തന്നെ എഴുന്നേറ്റു.

കുളിച്ച് ഫ്രഷായി യൂണിഫോമും ധരിച്ച് ബ്രേക്ക് ഫാസ്റ്റും കഴിച്ചതിനുശേഷം അലക്സ് പോകാനായി പുറത്തേക്കിറങ്ങുകയാണ്. പെട്ടെന്നാണ് ആതിര എന്തോ പറയാൻ മറന്നു എന്നപ്പോലെ അലക്സിനെ പിന്നിൽ നിന്നും വിളിച്ചത്.

" ഇച്ചായാ വല്യമ്മച്ചി വിളിച്ചിരുന്നു...
ഇന്നലത്തെയാ കലിപ്പി ഞാനതങ്ങ് വിട്ടുപോയി പറയാൻ ".
അലക്സ് ചോദിച്ചു.
" എന്നിട്ട് എന്തോ പറഞ്ഞു.... പരാതി എല്ലാം കേട്ടോ".
ആതിര അലക്സിന്റെ അടുത്തേക്ക് ചെന്ന് ഷർട്ടിന്റെ ബട്ടനിൽ വിരലുക്കൊണ്ട് തിരുമ്മി കൊഞ്ചിക്കൊണ്ടു പറഞ്ഞു.
" എട്ടു നോമ്പ് വീടാനെങ്കിലും ചെല്ലുമോന്ന് ". അവൾ വികാരത്തോടെ അലക്സിന്റെ കണ്ണുകളിലേക്കൊന്ന് നോക്കി.
അലക്സ് അവളുടെ തോളിലായി കൈവെച്ച ശേഷം , മീശയും പിരിച്ചുക്കൊണ്ട് പുറത്തേക്ക് ഇറങ്ങുന്നതിനിടയ്ക്ക് പറഞ്ഞു.
" വല്യമ്മച്ചിക്ക് അങ്ങനെ പറയാം. പറമ്പിലെ ജോലിക്കാരെ വിരട്ടുന്നത് പോലെയാണോ ഗവൺമെന്റ് ജോലി.

ആതിര കുസൃതിയോടെ പറഞ്ഞു.

" അതൊന്നും എനിക്കറിയില്ല വിളിക്കുമ്പോ ഞാൻ പറയാം".

അലക്സ് സംശയത്തോടെ ചോദിച്ചു.

"എന്ത്?"....

അവൾ മന്ദസ്മിതേന അതിനുള്ള മറുപടി പറഞ്ഞു.

" പറമ്പിലെ ജോലി പോലെയല്ല ഗവൺമെന്റ് ജോലി എന്ന്. " ആതിര ചിരിച്ച് കൊണ്ട് വായ പൊത്തി.

തെല്ലൊന്ന് ഭയപ്പെട്ട അലക്സ് നെഞ്ചത്ത് കൈവെച്ചുക്കൊണ്ട് ആതിരയോട്.

"എന്റെ പൊന്നോ ഇനി അതുമതി...."

ആതിര ചിണുങ്ങി കൊണ്ട് പറഞ്ഞു.

" ഇച്ചായൻ ഉച്ചക്ക് വരുമോ? "..

ഒറ്റയ്ക്കാ വീട്ടിൽ അവൾ വല്ലാതെ ബോറടിക്കുന്നുണ്ട്.

അലക്സ് അവളിൽ നിന്ന് പിടി വിട്ടുക്കൊണ്ട് മെല്ലെ ജീപ്പിലേക്ക് കയറി വിളിച്ചുപറഞ്ഞു.

" ഏയ് കാണില്ല "...

ആതിര അലക്സിനെ ഒന്ന് കളിയാക്കിട്ടെന്നോണം പറഞ്ഞു.

" അപ്പോഴേ ടിവി റീചാർജ് ചെയ്യുന്ന കാര്യം മറക്കണ്ടാ"...

അലക്സ് ചിരിച്ചുക്കൊണ്ട് ജീപ്പ് സ്റ്റാർട്ട് ചെയ്തു പുറത്തേക്ക് യാത്രതിരിക്കുന്ന ആ രംഗം.. ആതിര അത്യന്തം വികാരത്തോടെ അവന്റെ കണ്ണുകളിലേക്ക് നോക്കി. ഗേറ്റ് കടക്കുന്നതിന് മുമ്പ് അലക്സ് ഒരിക്കൽ കൂടി പിന്നിലേക്ക് തിരിഞ്ഞ് ആതിരയോട് പോകട്ടെ എന്ന ഭാവേണ നേത്രങ്ങളാൽ ആംഗ്യം കാണിച്ചശേഷം, മന്ദസ്മിതത്തോടെ ഗേറ്റ് കടന്ന് പുറത്തേക്ക് പോയി.

ഓഫീസിൽ ചെന്നശേഷം പിന്നീട് നേരെ പള്ളിയിലേക്കാണ് യാത്ര തിരിക്കുന്നത്.

പള്ളിയുടെ മുൻപിലായി ജീപ്പ് നിർത്തിയ ശേഷം, അലക്സ് പള്ളിയിലേക്ക് പ്രവേശിച്ചു.

നേരെ അൾത്താരയ്ക്ക് മുന്നിലായി മുട്ടുകുത്തി സ്വയം മറന്ന് പ്രാർത്ഥിക്കുകയാണ്.

ഏതാനും കുറച്ച് മിനുറ്റുകൾ കഴിഞ്ഞു. ആരോ തോളിൽ തൊടുന്ന പോലെ അലക്സിനു തോന്നി. അലക്സ് ഒന്ന് തിരിഞ്ഞു നോക്കി,അത് പുരോഹിതനാണ്.

പുരോഹിതൻ ആകാംക്ഷയോടെ അലക്സിനോട് ചോദിച്ചു.

"എന്താ അലക്സേ...മുഖത്തൊരു വിഷമം?."

അലക്സ് വിഷാദത്തോടെ പറഞ്ഞു.

" അച്ചനറിയാലോ ആദ്യ കേസ് തന്നെ വല്ലാത്തൊരു തലവേദനയാ.... അന്വേഷണ ചുമതല ആന്നേലെനിക്കും... "

അലക്സ് പറഞ്ഞു നിർത്തിയില്ല പുരോഹിതൻ ഇടയ്ക്ക് കയറി പറഞ്ഞു.

" അതൊക്കെ ശരിയാകുമെടോ....അല്ലേ നോക്കിക്കോ ഇതി താൻ വിജയിക്കുക തന്നെ ചെയ്യും."

ഇത് കേട്ടതും അലക്സിന്റെ മുഖം ഒന്ന് പ്രസന്നമായി.

" എന്നാലും അന്വേഷണം പൂർത്തിയാകുന്നത് വരെ ജനങ്ങളെ എന്ത് പറഞ്ഞു നിർത്തും ".

ജീപ്പിന്റെ ചാവി വലതുകൈയിൽ പിടിച്ച് മറ്റേ കൈപ്പാദത്തിൽ ഒന്ന് ചെറുതായി അടിച്ചുക്കൊണ്ട്, അലക്സ് പുരോഹിതനോട് ചോദിച്ചു.

അദ്ദേഹം അലക്സിനെ ആശ്വസിപ്പിച്ചു

" അതോർത്ത് താൻ പേടിക്കണ്ട.....

പുരോഹിതൻ അലക്സിന്റെ ചുമലിലായി തട്ടിയിട്ട് ഒന്നുക്കൂടി വിശദീകരിച്ചു.

" നിങ്ങൾക്ക് ധൈര്യമായി അന്വേഷണം ആരംഭിക്കാം. ജനങ്ങളുടെ ഭാഗത്തുനിന്ന് യാതൊരു ബുദ്ധിമുട്ടും ഉണ്ടാകില്ല. അത് ഞാൻ ഉറപ്പു തരുന്നു".

അലക്സിന് അല്പം ആശ്വാസമായി,അവൻ ഇറങ്ങാൻ ഭാവിച്ചു.

" എന്നാ ഞാൻ ഇറങ്ങട്ടെ അച്ചോ"..

പുരോഹിതൻ അലക്സിനോട് ആതിരയെ കുറിച്ച് അന്വേഷിച്ചു. വീട്ടിലെ വിശേഷങ്ങൾ ചോദിച്ചറിഞ്ഞശേഷം അലക്സിനോട് പറഞ്ഞു.

" ആതിരയ്ക്ക് വീട്ടിലിരുന്ന് മടുപ്പാരിക്കും അല്ലേ. ഇടക്കൊക്കേ ഓർഫനേജിലോട്ടൊന്ന് കടക്കാൻ പറ."

" ഓ... ഞാൻ പറയാം അച്ചോ...

പുരോഹിതൻ ളോഹക്കുള്ളിൽ നിന്നും ഒരു കൊന്തമാല എടുത്ത് അലക്സിനെ ഏൽപ്പിച്ചു. അവനത് ഭക്തിയോടെ വാങ്ങി പാന്റിന്റെ പോക്കറ്റിലായി നിക്ഷേപിച്ചു.

അലക്സ് തൊഴുത് കൊണ്ട് ഫാദറിനോട് പറഞ്ഞു.

" ഈശോമിശിഹായ്ക്ക്. സ്തുതിയായിരിക്കട്ടെ"

" ഇപ്പോഴും എപ്പോഴും സ്തുതിയായിരിക്കട്ടെ"

അലക്സ് പള്ളിയിൽ നിന്നും നേരെ ഓഫീസിലേക്ക് യാത്രതിരിച്ചു.

7

ഇതേ സമയം മറ്റൊരു പ്രദേശത്തെ സെമിത്തേരിയിൽ...

കുടുംബ കല്ലറയുടെ സ്ലാബ് കമ്പിപ്പാര ഉപയോഗിച്ച് കുത്തിയിളക്കുകയാണ് കുഴിവെട്ടുകാരൻ, അയാൾ നന്നേ മദ്യപിച്ചിട്ടുണ്ട്. മൂന്നാമത്തെ സ്ലാബും ഇളക്കി മാറ്റിയശേഷം അയാൾ വീണ്ടും മദ്യം സേവിക്കുകയാണ്. തനിക്ക് ഒപ്പം വന്ന ആളുകളുടെ സഹായത്താൽ കയർ വഴി അയാൾ കല്ലറക്കുള്ളിലേക്ക് ഇറങ്ങി. സമീപത്തായി നിൽക്കുന്ന ആളുകൾ മണമടിക്കാതിരിക്കാൻ തൂവാല കൊണ്ട് മുഖം പൊത്തുകയാണ്,അവർക്ക് പിന്നിലായി അറക്കപ്പൊടി നിറച്ചുവെച്ച ചാക്കുകെട്ടുകളും കാണാം. ഞെരിപ്പൊടിയിൽ പുകയുന്ന കുന്തിരിക്കത്തിന്റെ ഗന്ധം അവിടെയെങ്ങും വ്യാപിക്കുന്നു. ശവപ്പെട്ടിയുടെ കൊളുത്ത് മാറ്റിയശേഷം കുഴിവെട്ടുകാരൻ പെട്ടി തുറന്നു. ശൂന്യമായ പെട്ടിക്കുൾവശം കണ്ട് ജനക്കൂട്ടം അമ്പരന്നു പോയി എന്നു മാത്രമല്ല, വല്ലാത്തൊരു ഭീതിയോടെ എല്ലാവരും കുഴിയിലേക്ക് ഒരേ സമയം നോക്കി.

വളരെ പെട്ടെന്ന് തന്നെ അവർ താഴെയങ്ങാടി പള്ളിമുറ്റത്തേക്ക് എത്തിച്ചേർന്നു.അവിടെയും വലിയ ജനക്കൂട്ടം തന്നെയുണ്ട്. പോലീസ് ജീപ്പിന് ജനങ്ങൾ എല്ലാവരും ക്ഷമയോടെ വഴിമാറി കൊടുത്തു. പള്ളിമുറ്റത്തായി ജീപ്പ് നിർത്തിയ ശേഷം, ജീപ്പിൽ നിന്നും ഇറങ്ങുന്ന അലക്സിന് അടുത്തേക്ക് മനോജ് എന്ന പോലീസ് ഉദ്യോഗസ്ഥൻ കടന്ന് വരുന്നു.

" സർ രാവിലെ ആയിരുന്നു സംഭവം"
അലക്സ് അമർഷത്തോടെ പറഞ്ഞു.
" ഇതൊരു തലവേദന ആയല്ലോടോ "...

മനോജ് ആശ്വാസത്തോടെ അലെക്സിലേക്ക് ശ്രദ്ധച്ചെലുത്തിക്കൊണ്ട്.
" എന്തായാലും നമ്മടെ സ്റ്റേഷൻ പരിധിക്കുള്ളിൽ അല്ല".
ഇത് കേട്ടപ്പോൾ ശരത്തും ഒരു ആശ്വാസം എന്നപ്പോലെ പറഞ്ഞു.
" അതെന്തായാലും കാര്യമായി".
ഒരു സീനിയർ ഉദ്യോഗസ്ഥൻ എസ് ഐ ജോർജ് അലക്സിൻ്റെ അടുത്തേക്ക് വന്നു.
" എന്താടോ അലക്സേ...ഇതിപ്പോ ഒരു പരമ്പര പോലായല്ലോ... അവിടൊന്ന്.. ഇവിടൊന്ന്.. ഇത് കേട്ടപ്പോൾ സത്യത്തിൽ അലക്സിന് ചിരി വന്നു. എന്നാലും ആ ചിരി അടയ്ക്കപ്പിടിച്ച് അലക്സ് സാഹചര്യത്തെ മനസ്സിലാക്കിക്കൊണ്ട് എസ് ഐയോട് ചോദിച്ചു.
" എന്തേലും അസ്വഭാവികമായി... "
ജോർജ് വല്ലാത്തൊരു ലാഘവത്തോടെ..
" എന്തോന്ന് അസ്വഭാവികത, അവിടെ നടന്നതിനേക്കാൾ പെർഫെക്ട് ആണ് ഇവിടെ. പിന്നെ ഒരിക്കേ പാളിയത് കൊണ്ടാവാം ഇത്തവണ എന്തായാലും പെട്ടി കൊണ്ടുപ്പോയിട്ടില്ല."
അലക്സ് ആശ്ചര്യത്തോടെ ചോദിച്ചു.
" പിന്നെയെങ്ങനെ ബോഡി മിസ്സായെന്ന്? ".
ജോർജ് അതിനുള്ള മറുപടി അലക്സിനോട് പറഞ്ഞു.
" അത്.. ആ കുഴി വെട്ടുകാര് പഴയ ബോഡിയിൽ അറക്കപ്പൊടിയോ മറ്റോ ഇടാൻ ഇറങ്ങിയപ്പോ ബോഡി കിടന്നിടത്ത് ഒര് പൂട പോലും കണ്ടില്ലെന്ന്, കാര്യം അന്വേഷിച്ചപ്പോ ശരിയാണ്.
ശരത് ഇടയ്ക്ക് കയറി ചോദിച്ചു.
" സാർ വിഷ്വൽസ് നോക്കിയാരുന്നോ? "...
ജോർജ് പരിഹാസത്തോടെ പറഞ്ഞു.
" ഹാ ബെസ്റ്റ്, വിഷ്വല് വരും ഒരു പത്തുവർഷം കഴിഞ്ഞ്. അല്ലേ ഇപ്പോ സിസിടിവി ഉണ്ടായിട്ട് എന്തോ കാണിക്കാനാ.... താൻ എന്തായാലും ആ കേസ് ഫയൽ സ്റ്റേഷൻ വരെ ഒന്ന് എത്തിക്കണം."
" ശരി സാർ ".. അലക്സ് സെമിത്തേരിയിൽ നിന്നും പുറത്തേക്ക് ഇറങ്ങി.

സമയം ഏതാണ്ട് ഉച്ചയോടടുത്തിരിക്കുന്നു. പോലീസുകാരുടെ

പിന്നാലെ എല്ലാവരും സെമിത്തേരിക്ക് മുൻവശം എത്തി. പോലീസുകാർ പുറപ്പെടാനിരിക്കുകയാണ്. ശരത് നേരെ ഡ്രൈവിംഗ് സീറ്റിൽ ചെന്നിരുന്നു. എതിർവശത്തെ സീറ്റിൽ അലക്സും കയറാനായി ഭാവിച്ചപ്പോൾ

ഇടവക വികാരി ജോസനച്ചൻ അലക്സിന്റെ അടുക്കലേക്ക് വന്നു.

" അലക്സേ...... "

അലക്സ് തിരിഞ്ഞു നോക്കി.

" ജോസനച്ചനോ ... അച്ചനെന്താ ഇവിടെ?. "

" മാസം ഒന്നായി ഞാൻ ഇവിടെ വികാരിയായി ചാർജ് എടുത്തിട്ട്. അന്വേഷണ ഉദ്യോഗസ്ഥന്റെ പേര് പത്രത്തി കണ്ടിരുന്നു. പക്ഷേ...അത് താൻ ആയിരിക്കുമെന്ന് കരുതിയില്ല".

അലക്സ് വല്ലാത്തൊരു അസ്വസ്ഥതയോടെ പറഞ്ഞു.

" അതിപ്പോ ഒരു തലവേദനയായിട്ടിരിക്കുവാ. അച്ചനും ഏറെക്കുറെ അറിഞ്ഞു കാണും."

" എന്നാലും ആരായിരിക്കും അലക്സേ ആ ശവംതീനി " ഇടവക വികാരി ആശ്ചര്യത്തോടെ ചോദിച്ചു.

"അറിയില്ല.... അവനു പിന്നാലെയാണ് ഞങ്ങളും." അലക്സ് നിരാശയോടെ പറഞ്ഞപ്പോൾ ഇടവക വികാരി ഒന്ന് മൂളിയിട്ട് പറഞ്ഞു.

"ഉം... താനെന്തായാലും സമയമുള്ളപ്പോ പള്ളിയിലേക്കിറങ്ങ്. ആ... പിന്നേ.... വല്യമ്മച്ചിയോടും ആതിരയോടും എന്റെ അന്വേഷണം പറയണം."

" ശരിയച്ചോ "..

അലക്സ് ജീപ്പിൽ കയറി നേരെ കമ്മിഷണർ ഓഫീസിലേക്ക് യാത്ര തിരിച്ചു.

നേരം സായാഹ്നമായി വരുന്നു. അലക്സും എസ് ഐ ജോർജും കമ്മീഷണർക്ക് മുൻപിലായി ഇരിക്കുകയാണ്.

കമ്മീഷണർ വളരെ ഗൗരവത്തോടെ തന്നെ ഇരുവരോടുമായി തിരക്കി.

"അന്വേഷണം എന്തായി?".

അലക്സ് സീനിയർ ഓഫീസറോടുള്ള ബഹുമാനത്തോടെ മറുപടി പറഞ്ഞു.

" സാർ , കുറ്റവാളികൾ ആരായിരുന്നാലും അവരെ കണ്ടെത്തുക തന്നെ ചെയ്യും ".

" ഇനിയെന്ന്?.. മീഡിയക്കാരോടും ജനങ്ങളോടും മറുപടി പറയേണ്ടി വരുന്നത് ഞാനാ.... എന്താ ജോർജെ പെൻഷന് മുൻപ് വല്ലോം നടക്കുമോ?.., അതോ ഇനി പഴയപോലെ ഇതുമങ്ങ് ഷെൽഫിലൊതുക്കുമോ? ".. കമ്മീഷണർ പുച്ഛത്തോടെ ചോദിച്ചു.

" അന്വേഷിക്കുന്നുണ്ട്, സാർ....ജില്ലയിലുള്ള എല്ലാ പള്ളികളിലും സിസിടിവി സ്ഥാപിക്കാനുള്ള നിർദ്ദേശവും നൽകി. ഇത്തവണ അവൻ ആരായാലും കുടുങ്ങും. "

" എന്തോ കോപ്പന്നേലും വേണ്ടില്ല പത്ത് ദിവസത്തിനകം കുറ്റവാളി അകത്തായിരിക്കണം. ഇറ്റ്സ് ആൻ ഓർഡർ ഫ്രം ഡിജിപി. " കമ്മീഷണർ ദേഷ്യത്തോടെ രണ്ട് പേരോടുമായി പറഞ്ഞു.

" ഓക്കേ സർ "

ഇരുവരും തങ്ങൾക്ക് മുൻപിലായി നിലയുറപ്പിച്ച പോലീസ് ഉദ്യോഗസ്ഥന് സല്യൂട്ട് അടിച്ച ശേഷം പിറുപ്പിറുത്തുക്കൊണ്ട് പുറത്തേക്ക് ഇറങ്ങി.

8

കമ്മീഷണർ ഓഫീസിൽ നിന്നും വല്ലാത്തൊരു ഫ്രസ്റ്റേഷനോടെയാണ് അലക്സും ജോർജും ജീപ്പിലേക്ക് കയറുന്നത്. അലക്സാണ് വണ്ടിയോടിക്കുന്നത്. ജോർജ് ഇപ്പോഴും എന്തൊക്കെയോ ഞരങ്ങിക്കൊണ്ട് തന്നെ ഇരിക്കുകയാണ്.

" അയാൾക്ക് അങ്ങനെയൊക്കെ പറഞ്ഞാ മതി ഗ്യാലറിയിലിരുന്ന് കാണുന്ന പോലെയല്ല ഇറങ്ങി കളിക്കുന്നത്"..

സന്ദർഭോചിതമായി അലക്സ് ഒന്ന് ചിരിച്ചുക്കൊണ്ട് ജീപ്പ് കുറച്ചുക്കൂടി സ്പീഡിൽ ഓടിച്ച് മുന്നോട്ട് പോയി.

അലക്സ് വഴിയരികെ കണ്ട ഒരു ചായക്കടയോട് ചേർന്ന് വണ്ടി നിർത്തി. സമീപത്തായുള്ള വാഗ മരത്തണലിൽ ജോർജിന്റെ ജീപ്പ് കിടക്കുന്നത് കാണാം, ആംഗ്യഭാഷ മനസിലാക്കിയ തമിഴൻ അതിവേഗം ചായയടിച്ച് അവർക്ക് നല്കുന്നു.

" എടോ... ഇത് നടപ്പാക്കുന്ന കേസല്ല ". ജോർജ് അലക്സിനോടായി പറഞ്ഞു.

"സാറിനങ്ങനെ പറയാം. എന്റെ കാര്യമോ. ആദ്യ കേസാ..." അലക്സ് ടെൻഷനോടെ പറഞ്ഞു.

" തന്റെ ആദ്യത്തെയും എന്റെ ഒടുക്കത്തെയും. തനിക്കാ എന്തായാലും റിസ്ക് കൂടുതൽ. " ജോർജ് ചിരിച്ചുക്കൊണ്ട് മറുപടി പറഞ്ഞു.

അലക്സ് വളരെ വിഷമത്തോടെ ഒന്ന് മൂളി "ഉം "...

" എടോ തന്നേ വിഷമിപ്പിക്കാൻ പറഞ്ഞതല്ല. എല്ലാം ശരിയാകും" ജോർജ് അലക്സിനെ ഒന്ന് ആശ്വസിപ്പിച്ചു.

"ശരി സാറേ... ഞാൻ ഇറങ്ങിയേക്കുവാ... എന്തെങ്കിലും പുരോഗതിയുണ്ടേ അറിയിക്കണം" ചെറിയൊരു ആശ്വാസത്തോടെ പറഞ്ഞു.

"അതൊക്കെ ചെയ്യാം... പിന്നെയീ പാവങ്ങക്കൂടേ കല്യാണത്തിന്റെ ചെലവ് ഒക്കെ ചെയ്യാം കേട്ടോ ."

അലക്സ് ഒന്ന് ചിരിച്ച ശേഷം "എല്ലാവരെയും പരിഗണിക്കുന്നതായിരിക്കും".

അലക്സ് അവിടെ നിന്നും ഡിപ്പാർട്ട്മെന്റ് ജീപ്പിൽ ഓഫീസിലേക്ക് യാത്ര തിരിച്ചു.

" എത്രയായെടോ ചായയുടെ കാശ്?" ജോർജ് കടക്കാരനോട് ചോദിച്ചു.

" സാർ പന്ത്രണ്ട് "..

ജോർജ് അയാൾക്ക് കാശ് കൊടുത്ത ശേഷം അവിടെ നിന്നും യാത്രയായി.

രാത്രി ഏകദേശം ഒരു മണിയോട് കൂടി അലക്സ് വീട്ടിലേക്ക് എത്തിച്ചേർന്നു. വന്നപ്പാടെ ഒന്ന് ഫ്രഷ് ആയ ശേഷം ഡൈനിങ് ടേബിളിൽ ഭക്ഷണതിന് മുൻപിലായി എന്തോ ആലോചിച്ചിരുന്നു.

ആതിര അലക്സിനുള്ള ഭക്ഷണം വിളമ്പിയ ശേഷം അവളും അലക്സിന് എതിർവശത്തായി ഇരുന്ന് ഭക്ഷണം കഴിക്കുകയാണ്.

" ഇച്ചായനിന്ന് പള്ളി പോയായിരുന്നോ?."

"ആരു പറഞ്ഞു?" അലക്സ് ആകാംക്ഷയോടെ ചോദിച്ചു.

“കഴുത്തിലിടേണ്ട ഒരു സാധനം പോക്കറ്റിന്ന് കിട്ടി, ഞാനത് ഇച്ചായന്റെ ടേബിളി വെച്ചിട്ടുണ്ട്." ആതിര ഒന്ന് ചിരിച്ചുക്കൊണ്ട് പറഞ്ഞു

" അച്ചൻ തിരക്കിയിരുന്നു. ഇപ്പോ ആ വഴിക്കൊന്നും കാണാറെ ഇല്ലെന്ന്. താൻ എന്തായാലും നാളെ ഒന്ന് പോയിട്ട് വാ." അലക്സ് ഭക്ഷണം കഴിക്കുന്നതിനിടയിൽ ആതിരയോട് പറഞ്ഞു.

" ഞാൻ ഇച്ചായനോട് പറയാനിരിക്കുവായിരുന്നു. ലിസി ആന്റിയും വിളിച്ചു" ആതിര സ്വല്പം വെള്ളം കുടിച്ച ശേഷം പറഞ്ഞു.
" ഞാനാ ജോസിന്റെ വണ്ടി പറയാം ".
ആതിരയുടെ ഭക്ഷണം കഴിക്കൽ കഴിഞ്ഞ് അവൾ പ്ലേറ്റും എടുത്തുക്കൊണ്ട് കസേരയിൽ നിന്നും എഴുന്നേൽക്കുന്നു .
"എയ് അത് വേണ്ട ഞങ്ങൾ ബസ്സിന് പൊയ്ക്കോളാം. "ആതിര പ്ലേറ്റുമായി അടുക്കളയിലേക്ക് പോയി.

രാവിലെ ഒരു ഗ്ലാസ് ചായയുമായി ആതിര വരാന്തയിലായി നിൽക്കുമ്പോൾ പത്രക്കാരൻ മുറ്റത്തേക്ക് പേപ്പർ വലിച്ചെറിഞ്ഞിട്ട് കടന്ന് പോയി.അവൾ മുറ്റത്തായി കിടന്ന പത്രം എടുത്തശേഷം സ്റ്റെപ്പിൽ ഇരുന്നുക്കൊണ്ട് ഓരോ പേജിലെയും ഹെഡ് ലൈൻ നോക്കുകയും, ചൂട് ചായ ആസ്വദിച്ച് കുടിക്കുകയും ആണ്. ഏതോ ഒരു വാർത്ത അവളുടെ ശ്രദ്ധയിൽപ്പെട്ടു, അവൾ അമ്പരപ്പോടെ അലക്സിനെ ഉറക്കെ വിളിച്ചു.
" ഇച്ചായാ.... ഒന്നിങ്ങോട്ട് വന്നേ.... "
അലക്സ് ഉറക്കം എഴുന്നേറ്റിട്ടില്ല.
അവൾ വീടിനകത്തേക്ക് ചെന്ന് മുറിയിലേക്ക് കയറി. ബെഡിൽ കിടന്നുറങ്ങുന്ന അലക്സിനെ തട്ടി എഴുന്നേൽപ്പിച്ചു.
" ഇച്ചായാ ഒന്നെഴുന്നേറ്റേ.... "
അലക്സ് ഉറക്കച്ചടവോടെ എഴുന്നേറ്റ്.
" നീയെന്താ വല്ലതും കണ്ട് പേടിച്ചോ"...
ആതിര പത്രമെടുത്ത് അലക്സിന് നേരെ നീട്ടി.
" ഓ..അതല്ല, ഇച്ചായനീ ന്യൂസ് ഒന്ന് നോക്കിക്കേ ".
അലക്സ് ആതിരയുടെ കയ്യിൽ നിന്നും പത്രം വാങ്ങി വായിച്ചശേഷം.
" നീ ആ ഫോണിങ്ങെടുത്തേ "...
ആതിര മുറിയിൽ എല്ലായിടത്തും ഫോൺ തിരഞ്ഞ് നോക്കി.
" ഇവിടെയെങ്ങും ഇല്ലല്ലോ".
അലക്സ് പെട്ടെന്ന് ഓർത്തെടുത്തുക്കൊണ്ട് പറഞ്ഞു " ഫ്രണ്ടിലാ ഡൈനിങ് ടേബിളി കാണും... ഞാനതങ്ങ് മറന്നു."

ആതിര ഫോൺ എടുക്കാൻ മുറിയിൽ നിന്നും പോകുമ്പോൾ മുറ്റത്തായി ആരോ നിൽക്കുന്നത് അവളുടെ ശ്രദ്ധയിൽപ്പെട്ടു. അവൾ വീടിനു പുറത്തേക്ക് ഇറങ്ങി നോക്കി. അവിടെയെങ്ങും ആരെയും കാണുന്നുമില്ല. ആതിര ചെറുതായൊന്ന് ഭയന്നു, അവൾ അതിവേഗം കതകടച്ചതിനുശേഷം ഫോണുമായി അലക്സിന്റെ അടുത്തേക്ക് വന്നു.

അലക്സ് നേരെ ശരത്തിന് കോൾ ചെയ്തു..

"ആ.... ശരത്തെ... ഞാനാ"....

" പറഞ്ഞോ സാറേ "...

" താനാ ജനവിധി പത്രത്തിന്റെ നാലാമത്തെ പേജ് ഒന്നെടുത്തേ...."

ശരത്ത് വേഗം ടേബിളിൽ നിന്ന് പത്രം എടുത്ത് നാലാമത്തെ പേജ് നോക്കി.

" എടുത്തു സർ ".

" അതിലാ അന്വേഷണങ്ങൾ ആശുപത്രിയിലേക്ക് എന്ന ഹെഡ് ലൈൻ കണ്ടോ. അതിന്റെ ലേഖകനെ പറ്റിയുള്ള എല്ലാ വിവരവും ഇമ്മിയിഡേറ്റായി കളക്ട് ചെയ്യണം ".

" ഓക്കേ സർ"...

ശരത്തിന്റെ കോൾ കട്ടായി എന്ന് ഉറപ്പ് വരുത്തിയ ശേഷം ആതിര അലക്സിനോട് പറഞ്ഞു.

" ഇച്ചായാ.... ഞാനാ ഫോൺ എടുക്കാൻ ചെന്നപ്പോ മുറ്റത്ത് ആരോ ഉണ്ടായിരുന്നു."

"ഏയ്..... അത് നിനക്ക് തോന്നിയതാകും ".

ആതിര ഉറപ്പിച്ചു പറഞ്ഞു.

"അല്ല ഇച്ചായാ...."

അലക്സ് അവൾ പറഞ്ഞതൊന്നും കാര്യമാക്കി എടുത്തില്ല.

" നീ ചായ എടുക്ക് ".

ആതിര എന്തോ ആലോചിച്ചുക്കൊണ്ട് തന്നെ ചായ എടുക്കാൻ അടുക്കളയിലേക്ക് കയറി അപ്പോഴേക്കും അലക്സ് പത്രം വായനയിൽ മുഴുകിയിരുന്നു.

9

അലക്സിന്റെ നിർദ്ദേശപ്രകാരം ശരത് ജനവിധി പത്രത്തിന്റെ ലേഖകനെ പറ്റിയുള്ള വിവരങ്ങളെല്ലാം അന്വേഷിക്കുകയും അയാളെ പോലീസ് സ്റ്റേഷനിലേക്ക് വിളിപ്പിക്കുകയും ചെയ്തിരിക്കുന്നു. സമയം ഏതാണ്ട് പത്ത് മണിയായി. പോലീസ് സ്റ്റേഷനിലേക്ക് മാധ്യമപ്രവർത്തകൻ എത്തിയിട്ടുണ്ട്. ശരത് ലേഖകനുമായി എസ് ഐയുടെ റൂമിലേക്ക് കയറി.

"സർ...."

ശരത്തിനെയും കൂടെ വന്ന മാധ്യമപ്രവർത്തകനെയും അലക്സ് അകത്തേക്ക് വിളിച്ചു.

"ഇരിക്കു "...

" താങ്കൾ എന്തിന്റെ അടിസ്ഥാനത്തിലാണ് ഇങ്ങനെ ഒരു ന്യൂസ് റിപ്പോർട്ട് ചെയ്യ്തത്. അതിന്റെ ഭവിഷ്യത്തിനെ പറ്റി തനിക്ക് വല്ല ബോധവും ഉണ്ടോ? " അലക്സ് ലേഖകനോട് ചോദിച്ചു.

" സർ വ്യക്തമായ ബോധ്യത്തോടെയാണ് ഞാനാ റിപ്പോർട്ട് പ്രസിദ്ധീകരിച്ചത് " ലേഖകൻ ആത്മവിശ്വാസത്തോടെ പറഞ്ഞു.

“ആട്ടേ...എന്ത് തെളിവാണ് തന്റെ പക്കലുള്ളത്.?" അലക്സ് അമ്പരപ്പോടെ ചോദിച്ചു.

ലേഖകൻ പറഞ്ഞു തുടങ്ങി.

" സർ വർഷങ്ങൾക്കു മുമ്പ് 2004 ൽ ആണെന്ന് തോന്നുന്നു, മെഡിക്കൽ സ്റ്റുഡൻസിന്റെ ഒരു കോൺഫറൻസ് ടൗൺഹാളിൽ

വെച്ച് നടന്നിരുന്നു. ഇപ്പോഴത്തെ ചീഫ് മിനിസ്റ്റർ ആയിരുന്നു അന്ന് ആ സമ്മേളനം ഉദ്ഘാടനം ചെയ്തത്. പ്രോഗ്രാമിന്റെ ലാസ്റ്റിൽ 'മെഡിക്കൽ ഫീൽഡ് ഒരു അവലോകനം 'എന്ന പേരിൽ ഒരു വിദ്യാർത്ഥിയുടെ പുസ്തകം പ്രകാശനം ചെയ്യപ്പെട്ടു. അതിലെ വിവരങ്ങൾ അന്നേറേ സംസാര വിഷയം ആയിരുന്നു. ഏറെക്കുറെ ശരിയാണെന്ന് അന്വേഷണത്തിൽ തെളിഞ്ഞതും ആണ്..... ഇപ്പൊ നടക്കുന്ന സംഭവങ്ങൾക്ക് ഒരു പരിധിവരെ ആസ്പദമായിരുന്നു ആ പുസ്തകം. "

" ആ വിദ്യാർത്ഥിയെ പറ്റി വല്ല വിവരവും..... ഐ മീൻ കോൺടാക്ട് ചെയ്യാൻ, അഡ്രസ്സ്, നമ്പർ എന്തേലും..... " അലക്സിനു ആശ്ചര്യമായി.

" ഇല്ല സാർ. ആ പുസ്തകം ഞാൻ കൊണ്ടുവന്നിട്ടുണ്ട്." ലേഖകൻ നിരാശയോടെ പറഞ്ഞു.

അലക്സ് ആകാംക്ഷയോടെ ആ പുസ്തകം വാങ്ങി അതിന്റെ ബാക്ക് കവർ നോക്കി, ലേഖകനെ പറ്റിയും പബ്ലിക്കേഷനെ പറ്റിയുമുള്ള വിവരങ്ങൾ അതിലുണ്ട് 'മരിയ ജോൺ' അതാണ് ആ പുസ്തകം എഴുതിയ ആളുടെ പേര്.

പുസ്തകം വാങ്ങിയശേഷം അലക്സ് ലേഖകനോട് പറഞ്ഞു.

" ഓക്കേ തനിക്ക് പോകാം എന്തേലും വാർത്ത ഇതുമായി ബന്ധപ്പെട്ട് ശ്രദ്ധയിൽപ്പെട്ടാൽ അറിയിക്കണം".

" ഓക്കേ സർ ".

അയാൾ പുറത്തേക്ക് പോയി.

" ആരായിരിക്കുമെടോ ഈ മരിയ ജോൺ...? നോ അഡ്രസ്സ് നോ ഫോട്ടോഗ്രാഫ്സ്." ശരത്തിനോടായി അലക്സ് ചോദിച്ചു.

അലക്സ് ആ പുസ്തകം ടേബിളിൽ വയ്ക്കുമ്പോൾ ശരത്തിന്റെ ശ്രദ്ധ പബ്ലിക്കേഷനിലേക്ക് പതിയുന്നു.

" സർ നമുക്ക് ആ.. H&C യിൽ ഒന്ന് അന്വേഷിച്ചാലോ?".

"അതൊന്നും നടപ്പാകുന്ന കേസ് അല്ലടോ...ഒരു വെൽ-നോൺ റൈറ്ററേ പോലും ആരും അറിയാത്ത കാലമാ... താൻ എന്തായാലും ഒന്ന് അന്വേഷിച്ചു നോക്ക്." അലക്സ് നിരാശയോടെ പറഞ്ഞു.

"ഒക്കെ സർ "

ശരത് സല്യൂട്ട് അടിച്ച ശേഷം പുറത്തേക്ക് പോയി, അലക്സ് അത്യന്തം ആകാംഷയോടെ ആ പുസ്തകം തുറന്ന് വായിക്കാൻ ഇരുന്നു.

നേരം സന്ധ്യയായി കഴിഞ്ഞു, അലക്സ് ജീപ്പുമായി പുറത്തേക്ക് പോയിക്കൊണ്ടിരിക്കുകയാണ്. മൊബൈൽ ഫോൺ റിംഗ് ചെയ്യുന്നതിനെ മുൻനിർത്തി വണ്ടി സൈഡിലേക്ക് പാർക്ക് ചെയ്ത ശേഷം അലക്സ് ഫോണെടുത്തു.

"ആ.. ശരത്തെ... പറ.."

"സാറേ....ആ മരിയ ജോണിപ്പോ അമേരിക്കയിലാണ് താമസം. നാട്ടിൽ അങ്ങനെ വരാറില്ല" ശരത് ഉറക്കെ വിളിച്ച് പറഞ്ഞു.

" നമ്പര് കിട്ടാൻ വല്ല വഴിയും ഉണ്ടോ ". അലക്സ് തിരക്കി.

ശരത് തുടർന്നു.

" ഇല്ല സാർ ഞാനത് അന്വേഷിച്ചിരുന്നു. കക്ഷിക്ക് നാട്ടിൽ ആരുമായി അങ്ങനെ കോൺടാക്ട് ഇല്ല. പിന്നേ ആകെ ഉണ്ടായിരുന്ന ഒര് റിലേറ്റീവ് കുറച്ച് മാസങ്ങൾക്ക് മുമ്പാണ് മരിച്ചത്".

അലക്സിന്റെ മുഖത്ത് വീണ്ടും നിരാശ പ്രകടമായി .

" താൻ എന്തായാലും മറ്റെന്തെങ്കിലും വിവരം കിട്ടുമോന്ന് ഒന്നന്വേക്ഷിക്ക് ".

"ഒക്കെ സർ "..

അലക്സ് കോൾ കട്ട് ചെയ്തശേഷം ജീപ്പ് സ്റ്റാർട്ടാക്കി പിന്നെയും മുന്നോട്ട് പോയി..

10

ഉദ്ദേശം രാത്രി എട്ടുമണിയോടെ അലക്സ് വീട്ടിലേക്ക് എത്തിച്ചേർന്നു. യൂണിഫോം ഷർട്ട് ഊരി സെറ്റിയിലേക്ക് അലസതയോടെ ഇട്ടശേഷം ഇന്നർ 'റ്റി' ഷർട്ടും പാന്റും മാറാതെ, ക്ഷീണിതനായി ആ സെറ്റിയിൽ തന്നെ ഇരുന്നു. അലക്സ് നിരാശയോടെ സെറ്റിയിൽ ചാരിക്കിടക്കുന്നത് കണ്ടുകൊണ്ട് അവിടേക്ക് വരുന്ന ആതിര ഫാൻ ഓണാക്കിയശേഷം അലക്സിന് എതിർ വശത്തായുള്ള കസേരയിൽ ചെന്നിരുന്നു.

" കേസ് എന്തായി ഇച്ചായ കുറ്റവാളിയെ പറ്റി വല്ല വിവരവും? ".

അലക്സ് തെല്ല് വിഷമത്തോടെ പറഞ്ഞു.

" എവിടുന്ന് ?, ഒരുവെട്ടം തെളിഞ്ഞപ്പോ.. മറ്റൊരു അന്ധകാരം ".

ആതിര മെല്ലെ അലക്സിന് അരികിൽ ചെന്നിരുന്ന ശേഷം അവന്റെ കൈകളിൽ പിടിച്ചുകൊണ്ട് കാര്യം ആരാഞ്ഞു.

" എന്തുപറ്റി ഹോസ്പിറ്റലിൽ അന്വേഷിച്ചില്ലേ.. മീരയോട്
ചോദിക്കായിരുന്നല്ലോ?".

" ഏയ് അതല്ല , ഒരു മരിയ ജോണാണ് ഇപ്പോൾ പ്രശ്നം." അലക്സ് പറഞ്ഞു.

അലക്സ് തന്റെ പക്കലുണ്ടായിരുന്ന ടെക്സ്റ്റ് ആതിരയ്ക്ക് നേരെ കാണിച്ചു. അവൾ ആ പുസ്തകം വാങ്ങി നോക്കിയശേഷം ഉച്ചത്തിൽ ചിരിച്ചു.

" മരിയ ജോണോ "?...

" ഇനി നിന്റെ പരിഹാസം കൂടെയുള്ളായിരുന്നു ബാക്കി, ഇപ്പോ അതുമായി "

" ഏയ് അതല്ല ഇച്ചായാ ഇതെന്റെ കൂടെ കോളേജിൽ ജൂനിയറായി ഉണ്ടായിരുന്ന ലീനയാ....അവൾക്ക് കോളേജി

പഠിക്കുമ്പോഴേ ഈ വട്ടുണ്ട്. " ആതിര ചിരിച്ചുക്കൊണ്ട് പറഞ്ഞു.

" നീയൊന്ന് തെളിയിച്ചു പറ "...അലക്സ് ആകാംക്ഷയോടെ ചോദിച്ചു.

" അവളന്നേ കോളേജ് മാഗസിനിൽ ഒക്കെ എഴുതും. പക്ഷേ ഒന്നിലും തന്റെ പേര് വയ്ക്കാറില്ല. പബ്ലിസിറ്റി ഇഷ്ടമില്ലാത്തതുക്കൊണ്ടാവാം, അതോ ഇനി തന്റെ ഐഡന്റിറ്റി വെളിപ്പെടുത്തേണ്ട എന്ന് വെച്ചാണോ...അറിയില്ല, എന്തായാലും കക്ഷി ഒരു സംഭവമായിരുന്നു"

" അല്ല നിനക്കെങ്ങനെ ഒരു ഫോട്ടോ പോലുമില്ലാതെ ലീനയുടെ ടെക്സ്റ്റ് ആണെന്ന് മനസ്സിലായത്. " അലക്സ് അത്ഭുതത്തോടെ ചോദിച്ചു.

" അത് അവളുടെ എല്ലാ കഥയും കവിതയും അന്നുമുതലേ ഈ തൂലികയിൽ ആണ് അറിയപ്പെടാറ് ".

" കോളേജ് കഴിഞ്ഞേ പിന്നെ നീ അവളെ കണ്ടിട്ടില്ലേ, ഇനി ഫേസ്ബുക്കിലോ മറ്റോ?.." അലക്സ് വീണ്ടും ആതിരയോട് ചോദിച്ചു.

ആതിര തന്റെ സുഹൃത്തിന്റെ പുസ്തകം സെറ്റിയിലേക്ക് ഇട്ടുക്കൊണ്ട് പറഞ്ഞു.

" അവൾ ഒരു പ്രത്യേക ടൈപ്പാണ്, എന്നതായാലും എല്ലാവരും ഉള്ളിടത്ത് കാണില്ല ".

" ഇതിന്റെയൊന്നും പിന്നാലെ അധികം തൂങ്ങാനും പറ്റില്ല, ഇതൊരു പോസിബിലിറ്റി മാത്രമാണ്. " അലക്സ് ദീർഘശ്വാസം എടുത്തുക്കൊണ്ട് പറഞ്ഞു.

അലക്സ് ഫാനിലേക്ക് നോക്കി കണ്ണുകൾ അടച്ച് അവിടെ ചാരി ഇരുന്നു.

" ഇന്നെന്താ കുളിയും ജപവും ഒന്നും ഇല്ലേ.... ചെന്നേ..ചെന്ന് ഫ്രഷ് ആയേ. ഞാൻ ദാ വരുന്നു അത്താഴം എടുത്തു വെയ്ക്കട്ടെ. "

പത്ത് മണിയോടെ ഇരുവരും ആഹാരം കഴിച്ചു കിടക്കാൻ ഒരുങ്ങി. ബെഡ്റൂമിൽ കറങ്ങിക്കൊണ്ടിരിക്കുന്ന ഫാനിലേക്ക് നോക്കി കണ്ണും തുറന്നു അലക്സ് അങ്ങനെ അല്പസമയം കിടന്നു. പെട്ടെന്ന് എന്തോ

ഓർത്തെടുത്ത അലക്സ് കട്ടിലിൽ നിന്നും ചാടി എഴുന്നേറ്റ് ലൈറ്റ് ഇട്ടു. മേശപ്പുറത്തിരിക്കുന്ന ലാപ്ടോപ്പ് എടുത്തശേഷം കട്ടിലിൽ വന്നിരുന്ന് ലാപ് ഓൺ ആക്കി. ഓർക്കൂട്ട് തിരയുന്നു.... അക്കൗണ്ടും ക്രിയേറ്റ് ചെയ്തു..

ആതിര ഉറക്കച്ചടവോടെ

" എന്താ ഇച്ചായാ എന്തുപറ്റി"..

" ഏയ് ഒന്നുമില്ല ഒരു ചെറിയ ശ്രമം നിനക്കാ മരിയ ജോൺ പേര് എഴുതുന്ന ഫോണ്ട് ഓർമ്മയുണ്ടോ...."

ആതിര പുതപ്പുമാറ്റിക്കൊണ്ട് എഴുന്നേറ്റ ശേഷം അലക്സിന്റെ കൈയിലിരിക്കുന്ന ലാപ് വാങ്ങി 'MaRiA JoHn' എന്ന അവളുടെ കൂട്ടുകാരിയുടെ ഫോണ്ട് ടൈപ്പ് ചെയ്യ്ത് കൊടുത്തു. നാല് അക്കൗണ്ടുകൾ അതിൽ തെളിഞ്ഞു വന്നു. അലക്സ് സസൂക്ഷ്മം അതെല്ലാം പരിശോധിക്കുകയാണ്.

ഒരക്കൗണ്ടിൽ ആകട്ടെ നിറയെ ബ്ലോഗുകളും മെഡിക്കൽ സംബന്ധമായ ഷെയറുകളും കാണുന്നുണ്ട്.

അലക്സിന്റെ കണ്ണുകൾ വിടർന്നു.

"യെസ്"...

അവൻ ആ അക്കൗണ്ട് പരിശോധിക്കുകയാണ് ഇപ്പോഴും.. ആതിര വീണ്ടും ഉറക്കച്ചടവോടെ ചോദിച്ചു.

" എന്താ... ഇച്ചായാ..എന്തേലും.., എനിക്ക് ഉറക്കം വരുന്നു. "

അലക്സ് ലൈറ്റ് ഓഫ് ചെയ്ത് ആതിരയോട് പറഞ്ഞു.

" നീ കിടന്നോ"...

ആതിര മനസ്സില്ല മനസ്സോടെ കട്ടിലിൽ ചെന്ന് കിടന്നു. അലക്സിനെയും നോക്കി മൂടിപ്പുതച്ച് അവൾ അങ്ങനെ ഉറക്കത്തിലേക്ക് വഴുതി വീഴുകയാണ്. അലക്സാകട്ടെ കാര്യമായി എന്തോ തിരയുകയാണ് താടിക്കുറ്റിയിൽ ചൂണ്ടുവിരൽ തടവിക്കൊണ്ട് ലാപ്പിൽ തന്നെ കണ്ണും നട്ടിരിക്കുകയാണ്.

11

എവിടേക്കൊക്കേയോ തുറന്നുവന്ന പഴുതുകളിലൂടെ സഞ്ചരിക്കുവാൻ തീരുമാനിച്ച അലക്സ് രാവിലെ പ്രാതൽ കഴിച്ചശേഷം നേരെ സിറ്റി ഹോസ്പിറ്റലിലേക്കാണ് പുറപ്പെട്ടത്.

അലക്സ് ഹോസ്പിറ്റൽ വരാന്തയിൽ അങ്ങനെ നിൽക്കുമ്പോഴാണ് അവിടേക്ക് ആതിരയുടെ കൂട്ടുകാരിയായ നേഴ്സ് മീര കടന്ന് വരുന്നത്.

" സാർ "....

അലക്സ് തിരിഞ്ഞു നോക്കി.

"ആഹ് മീര, തനിക്കെന്നേ ഓർമ്മയുണ്ടോ..? ആതിര എപ്പോഴും തന്നെ പറ്റി പറയാറുണ്ട്."

മീരയ്ക്ക് ആദ്യം ആളെ മനസ്സിലായില്ല. ആതിരയുടെ ഹസ്ബൻഡ് ആയ അലക്സ് ആണ് തനിക്ക് മുന്നിൽ നിൽക്കുന്ന പോലീസ് ഉദ്യോഗസ്ഥൻ എന്ന് മീരയ്ക്ക് ഇപ്പോഴാണ് മനസ്സിലായത്.

" ഇപ്പോ മനസ്സിലായി.....

ഒരുപാട് നാളായി അവളെ കണ്ടിട്ട്. അവൾക്ക് സുഖമല്ലേ?...

അലക്സ് അതിനു മറുപടി പറയാതെ അവളോട് മറ്റൊരു കാര്യമാണ് പറഞ്ഞ് വന്നത്.

"അതെ, എനിക്ക് മീരയുടെ ഒരു ഹെൽപ്പ് വേണം".

" ടൗൺ എസ് ഐ ആയി ചാർജ് എടുത്ത വിവരമൊക്കെ ആരോ പറഞ്ഞ് അറിഞ്ഞിരുന്നു" മീര പിന്നെയും തുടർന്നു.

" ഈ ബോഡി മിസ്സിങ്ങും ഹോസ്പ്പിറ്റലുമായി എന്തേലും കണക്ഷൻ ഉണ്ടോ?"..അലക്സ് കാര്യത്തിലേക്ക് കടന്നു.

" ഇല്ല സർ, വർഷങ്ങൾക്കു മുൻപ് അങ്ങനെ ഒരു പോസിബിലിറ്റി ഉണ്ടായിരുന്നു. പക്ഷേ ഇന്ന് അങ്ങനെ ചെയ്യാറില്ല. കാരണം ഒരുപാട് അജ്ഞാത ബോഡി തന്നെ ഡെയിലി വന്നടിയാറുണ്ട്. അതുതന്നെ എന്തുചെയ്യണമെന്നറിയാത്ത അവസ്ഥയിലാണ് മാനേജ്മെന്റ്." മീര മറുപടി പറഞ്ഞു.

" ഒരു ക്ലാരിഫിക്കേഷൻ വരുത്തുന്നേന് തെരക്കി എന്നേയുള്ളൂ... താൻ ലീവ് ഉള്ളപ്പോ വീട്ടിലേക്ക് ഇറങ്ങ്. കല്യാണത്തിന് കാണാത്തതിന്റെ ലേശം പരിഭവം അവക്കുണ്ട് കേട്ടോ" അലക്സ് സാരമില്ല എന്ന മട്ടിൽ പറഞ്ഞു.

അത് കേട്ടതും മീര തെല്ല് വിഷമത്തോടെ പറഞ്ഞു.

" സോറി സർ... അന്നൊരു എമർജെൻസി കേസ് ഉണ്ടായിരുന്നു ".

"ഏയ്....അത് ഞാൻ വെറുതെ പറഞ്ഞതാ... തന്നെ കാണുമ്പോ അവൾക്ക് സന്തോഷമാകും " അലക്സ് ഒരു തമാശപ്പോലെ ചിരിച്ചുക്കൊണ്ട് പറഞ്ഞു.

മീര തിരക്കുകൾക്കിടയിൽ നിന്ന് വളരെ അത്യാവശ്യ കാര്യമായതിനാൽ ഒരഞ്ചു മിനിറ്റ് ബ്രേക്കിന് ഇറങ്ങിയതാണ്, അത് കൊണ്ട് തന്നെ അവൾ വേഗം അകത്തേക്ക് പോകാൻ ഒരുങ്ങി.

" ഓക്കേ സർ ഞാൻ ഇറങ്ങാം ".

അലക്സ് തലയാട്ടിക്കൊണ്ട് പറഞ്ഞു.

" ശെരി എന്നാ "..

രണ്ടുപ്പേരും എതിർ ദിശയിൽ നടന്ന് പോയി.

ശരത് ഡ്രൈവിംഗ് സീറ്റിൽ തന്നെ ഇരിപ്പുണ്ടായിരുന്നു.. അലക്സ് നേരെ ജീപ്പിലേക്ക് കയറി.

" ഇനി എങ്ങോട്ടാണ് സാർ ".ശരത് ചോദിച്ചു.

" നമുക്കാ മെഡിക്കൽ കോളേജ് വരെ ഒന്ന് പോണം ". അലക്സ് ധൃതിയിൽ പറഞ്ഞു.

അലക്സും ശരത്തും നേരെ മെഡിക്കൽ കോളേജിലേക്ക് എത്തിച്ചേർന്നു. ആദ്യം കൺമുന്നിൽ കണ്ട കുറെ മെഡിക്കൽ വിദ്യാർത്ഥികളുമായി അവർ സംഭാക്ഷണത്തിൽ ഏർപ്പെടുകയും തുടർന്ന് നേരെ ഡോക്ടറുടെ ക്യാബിനിലേക്ക് കടന്നു. ഡോക്ടറുമായി കേസ് ഡീറ്റെയിൽസ് എല്ലാം ഷെയർ ചെയ്ത ശേഷം, അയാളിൽ നിന്നും കുറച്ചധികം ഫയൽസ് ടേക്ക് ഓവർ ചെയ്യ്ത്

ഹോസ്പിറ്റലിൽ നിന്നും പുറപ്പെട്ടു. പക്ഷേ, ഡോക്ടറുടെ ക്യാബിനിൽ നിന്നും അവർ പുറത്തേക്ക് ഇറങ്ങിയപ്പോൾ തന്നെ സംശയാസ്പദമായി അയാൾ ആർക്കോ ഫോണിൽ ഡയൽ ചെയ്യുന്നു.

വിവിധ ഹോസ്പിറ്റലുകളിലേക്ക് അലക്സും ശരത്തും പോലീസ് ജീപ്പിൽ യാത്ര തുടർന്നുക്കൊണ്ടേയിരുന്നു. അവിടെയുള്ള മിക്ക മോർച്ചറികളിലും കയറിയിറങ്ങി, ബോഡി സൂക്ഷിപ്പുകാർക്ക് എന്തോ ഉദ്ദേശത്തോടെ പണം നൽകിയ ശേഷമാണ് അവർ എല്ലാ ഹോസ്പിറ്റലുകളിൽ നിന്നും ഇറങ്ങിയത്.

ഇരുവരും പിന്നീട് ചെന്നെത്തുന്നത് നേരെ പള്ളിലേക്കാണ്. ഒരു വെളിപാട് എന്നപ്പോലെ അവരെ പ്രതീക്ഷിച്ചുക്കൊണ്ടാണ് പുരോഹിതൻ പള്ളിക്ക് മുൻപിലായി കാത്ത് നിന്നത്. ജീപ്പിൽ നിന്നും പുറത്തേക്ക് ഇറങ്ങിയ അലക്സിനെയും കൂട്ടിക്കൊണ്ട് സേവ്യറച്ചൻ പള്ളിമേടയിലേക്ക് കയറി.

തനിക്ക് മുൻപാകെ കസേരയിൽ ഇരിക്കുന്ന അലക്സിന്റെ മുഖത്തെ നിരാശയും അലച്ചിലും പുരോഹിതൻ നല്ലോണം ശ്രദ്ധിക്കുന്നുണ്ട്.

അലക്സ് വളരെ വേദനയോടെ പറഞ്ഞു.

" ജനങ്ങളോടും നിയമത്തോടും മറുപടി പറയേണ്ട ദിവസം ഇങ്ങടുത്തു.

കേസിനാണേ ഒരു പുരോഗതിയുമില്ലാ. ആകെ മൊത്തത്തിൽ ഒരിരുട്ടാണ് ".

" തന്റെ മാനസികാവസ്ഥ എനിക്ക് മനസ്സിലാവും. പക്ഷേ എന്റെ ഒരാളുടെ വാക്കിന് പുറത്താണ് ജനങ്ങൾ ഇതുവരെ നിന്നത്. ഇതിങ്ങനെ പോയാൽ എവിടെ ചെന്ന് അവസാനിക്കും."പുരോഹിതൻ സ്വല്പം ഗൗരവത്തോടെ പറഞ്ഞു.

"അറിയില്ലച്ചോ,,,, മൊത്തത്തി ഇപ്പോ നാല് ബോഡി മിസ്സിങ്ങാണ്. മൂന്നെണ്ണം ഇവിടെയും ഒരെണ്ണമാ താഴെയങ്ങാടി പള്ളിയിലും".

അലക്സ് നിരാശയോടെ മറുപടി പറഞ്ഞു.

പുരോഹിതൻ അലക്സിന് ആത്മവിശ്വാസം പകർന്നു നൽകി.

" ഇതെന്തായാലും തന്റെ തുടക്കമൊണ്. തളർന്ന് പോകരുത്. എല്ലാം അറിയുന്നവൻ ഒരു വഴികാട്ടാതിരിക്കില്ല".

മധ്യത്തിലെ ടേബിളിലായുള്ള 'മരണം' എന്ന ടാഗോടുക്കൂടിയ ലോഗ് അലക്സ് കൈയിൽ എടുത്തുക്കൊണ്ട് സാവധാനം അവിടെ നിന്നും എഴുന്നേറ്റു.

" എന്നാ ഞാൻ ഇറങ്ങട്ടെ അച്ചോ... ലോഗ് ഞാൻ നാളത്തേക്ക് കൊടുത്തയക്കാം. ഈശോമിശിഹായ്ക്ക് സ്തുതിയായിരിക്കട്ടെ."

" ഇപ്പോഴും എപ്പോഴും സ്തുതിയായിരിക്കട്ടെ".

അലക്സ് പള്ളിയിൽ നിന്നും പുറത്തേക്ക് ഇറങ്ങി, തിരികെ ജീപ്പിന് സമീപത്തായി എത്തിയപ്പോൾ ശരത് അവിടെ ഉണ്ടായിരുന്നില്ല. എമർജൻസി കേസുണ്ടെന്നും പറഞ്ഞ് ജീപ്പിന്റെ ചാവി അവിടെ കൊടുത്ത് ഏൽപ്പിച്ചിരുന്നു.

അലക്സ് ജീപ്പിൽ പോലീസ് സ്റ്റേഷനിലേക്ക് വന്ന് കൊണ്ടിരിക്കുകയാണ്. പെട്ടെന്നായിരുന്നു അവന്റെ ഫോൺ റിങ്ങ് ചെയ്ത് തുടങ്ങിയത്. അലക്സ് ജീപ്പ് ഇടത് സൈഡിലായി പാർക്ക് ചെയ്യ്തതിന് ശേഷം കോൾ അറ്റെൻഡ് ചെയ്തു,അത് ശരത്താണ്.

" സാർ,,, ആ ബോഡി മിസ്സായവരുടെ ബന്ധുക്കള് കൊറച്ചുപേര് വന്നിട്ടുണ്ട്."

"ഓക്കേ".. അലക്സ് ജീപ്പ് ഫസ്റ്റ് ഗിയറിലേക്ക് ഇട്ടതിനുശേഷം ഫോൺ കട്ട് ചെയ്യുകയും തുടർന്ന് അതിവേഗം സ്റ്റേഷനിലേക്ക് വെച്ചുപ്പിടിച്ചു.

പോലീസ് സ്റ്റേഷനിൽ എത്തിയ അലക്സ് ബോഡി മിസ്സായവരുടെ ബന്ധുക്കളെ ഓരോരുത്തരായി ചോദ്യം ചെയ്യാൻ ആരംഭിച്ചു.

ആദ്യം ഒന്നാമത്തെ പ്രതിനിധി; മിസ്സായ ഡെഡ് ബോഡിയുടെ ഭാര്യയോടായി അലക്സ് ചോദിച്ചു.

" ജോസിന് അടുത്തക്കാലത്ത് എന്തേലും മാനസിക പ്രശ്നങ്ങൾ ഉണ്ടായിരുന്നോ? ".

"ഇല്ല സാറേ... അങ്ങനൊന്നുമില്ല... അങ്ങേരുടെ ആകെയുള്ള പ്രശ്നം ദൈവനിന്ദയായിരുന്നു ".

ഭാര്യ കരഞ്ഞുക്കൊണ്ട് പറഞ്ഞു.

രണ്ടാമത്തെ പ്രതിനിധി ഒരു ജയിൽവാസിയായിരുന്നു.

" സത്യത്തിൽ നിങ്ങളാണോ അത് ചെയ്തത്?." അയാളോടായി അലക്സ് ചോദിച്ചു.

" എന്റെയീ.. കൈക്കൊണ്ടാ സാറേ ആ നാറിയെ ഞാൻ കൊന്നത്... എന്റെ കൊച്ചിനെ അവൻ." അയാൾ രോക്ഷത്തോടെ പറഞ്ഞു.

മൂന്നാമത്തെ പ്രതിനിധി മിസ്സായ ഡെഡ് ബോഡിയുടെ ഭർത്താവാണ്.

അയാളെ ചോദ്യം ചെയ്യാനായി അലക്സ് മുന്നോട്ടടുത്തപ്പോൾ ചോദ്യശരങ്ങൾക്ക് മുൻപേ അയാൾ ഇങ്ങോട്ട് പറഞ്ഞു.

" ലിസി വളരെ സോഷ്യൽ ആയിരുന്നു സാറേ, എന്റെ അറിവിൽ അവക്ക് ശത്രുക്കൾ ഉണ്ടാകാൻ വഴിയില്ല."

അത് കേട്ടപ്പോൾ അലക്സ് അയാളോട് സംശയാസ്പദമായി ചോദിച്ചു.

" പിന്നെ നിങ്ങൾ ഡിവോഴ്സ് ആയത്."

" ഒരുപാട് ആയി സാറേ വേശ്യയുടെ ഒപ്പമുള്ള ജീവിതം". അയാൾ മറുപടി പറഞ്ഞു.

നാലാമത്തെ പ്രതിനിധി, മിസ്സായ ബോഡിയുടെ അമ്മയാണ്.

" മാത്യു മരിക്കാൻ കാരണമെന്തായിരുന്നു."

" എന്റെ കുഞ്ഞൊരു പാവമായിരുന്നു സാറേ അവൻ എന്തിനാ ഇത് ചെയ്യ്തതെന്ന് എനിക്കിപ്പോഴും അറിയില്ല" അമ്മ കരഞ്ഞുക്കൊണ്ട് പറഞ്ഞു.

അവരെയെല്ലാം പറഞ്ഞയച്ച ശേഷം അലക്സ് തന്റെ കസേരയിൽ ചാരിയിരുന്നു ഒപ്പം പതിയെ തന്റെ ഓർമ്മയിലെ വിവിധ സന്ദർഭങ്ങളിലൂടെ കയറിയിറങ്ങി. ബോഡി മിസ്സായവരുടെ ബന്ധുക്കളുമായുള്ള സംഭാഷണത്തിന്റെ വിവിധ ഘട്ടങ്ങളിലൂടെ, സെമിത്തേരിയിലെ സന്ദർഭങ്ങളിലൂടെ, തുറക്കപ്പെട്ട കല്ലറകളിലൂടെ, പിന്നെ ഹോസ്പിറ്റലിന് ഈ സംഭവവുമായി യാതൊരു ബന്ധവുമില്ല എന്ന് മീരയുടെ സംഭാഷണത്തിന്റെ ഭാഗങ്ങൾ, ഇന്നലെ രാത്രി കണ്ട മരിയ ജോണിന്റെ അക്കൗണ്ടിൽ ശ്രദ്ധിക്കപ്പെടുന്ന ബ്ലോഗുകളും ചിത്രങ്ങളും, അങ്ങനെ പല കാര്യങ്ങളും ഓർത്തെടുത്ത ശേഷം എന്തോ ഒന്ന് സ്ഥിരീകരിച്ചു എന്ന മട്ടിൽ അലക്സ് ടേബിളിലെ ഫയൽസുമായി പുറത്തേക്ക് ഇറങ്ങി.

അലക്സ് നേരെ പോലീസ് ഹെഡ് ക്വാർട്ടേഴ്സിലേക്ക് പുറപ്പെട്ടു. കമ്മീഷണർ ഓഫീസിലേക്ക് കയറിയ അലക്സ് വളരെ ബഹുമാനത്തോടെ ഓഫീസറിന് സല്യൂട്ട് അടിച്ച ശേഷം അയാളുടെ

നിർദ്ദേശപ്രകാരം കമ്മീഷണറുടെ മുൻപിലുള്ള സീറ്റിലേക്കായി ഇരുന്നു.

" അലക്സേ....രണ്ടാഴ്ച്ചത്തേ അന്വേഷണം ഇന്ന് പൂർത്തിയാകും, തനിക്കെന്താ പറയാനുള്ളത്. ഇത്രയും വലിയൊരു കുറ്റകൃത്യം ഉണ്ടായിട്ട് അയാളെപ്പറ്റി ഒരു തുമ്പും കിട്ടിയില്ലെങ്കി പിന്നേ നമ്മളീ പണി നിർത്തുന്നതാ നല്ലത് ".

" അന്വേഷണം അതിന്റെ ശരിയായ ദിശയിൽ തന്നെയാണ് സാർ പോകുന്നത്.

പക്ഷേങ്കിൽ.., മറ്റൊരു മരണം നടക്കാതെയോ ഒരു ബോഡിക്കൂടി മിസ്സാവാതെയോ കുറ്റവാളിയെ കണ്ടെത്തുകയെന്നത് പ്രാക്ടിക്കലി ഇപ്പോൾ പോസിബിൾ അല്ല ". അലക്സ് ആത്മവിശ്വാസത്തോടെ പറഞ്ഞു.

"താൻ എന്താടോ ഈ പറഞ്ഞ് വരുന്നത്. തന്റെ അന്വേഷണത്തിന്റെ പോരായ്മ മാറ്റണമെങ്കി ഇനിയും ഒരു ബോഡികൂടി മിസ്സാവണം എന്ന്.

തനിക്ക് അങ്ങനെയൊക്കേ പറയാം. ഇതിനെല്ലാം മറുപടി പറയേണ്ടി വരുന്നത് ഞാനാ"....കമ്മീഷണർ രോഷാകുലനായി.

" അങ്ങനെയല്ല സാർ. ഹോസ്പ്പിറ്റൽ ശൃംഖലയെ ചുറ്റിപ്പറ്റിയായിരുന്നു ഞങ്ങളുടെ ആദ്യ അന്വേഷണം, അതിൽ അസ്വാഭാവികമായി ഒന്നും തന്നെ കണ്ടെത്താൻ കഴിഞ്ഞില്ല. പിന്നെയീ രണ്ട് പള്ളികളിലായി മരണപ്പെട്ട നാല് പേരോടും പൊതു ശത്രുതയുള്ള ആരും തന്നെ ഇല്ല. എന്നാൽ ഈ നാല് പേരെയും ബന്ധിപ്പിക്കുന്ന ഒരു കോമൺ ഫാക്ടർ ഉണ്ട് " അലക്സ് വിശദീകരിച്ചു.

" എന്ത് " കമ്മീഷണർ ആശ്ചര്യത്തോടെ ചോദിച്ചു.

അലക്സ് വിശദീകരിച്ചു.

" ഈ നാല് പേരും ക്രിസ്തുമതസ്ഥരും അതിലുപരി ക്രിസ്തീയ നിന്ദകരുമാണ്. ഇവരെപ്പറ്റി അന്വേഷിച്ചപ്പോൾ ഇവരാരും ക്രിസ്തീയ ആരാധനകളിലോ,

കുർബ്ബാനയിലോ പങ്കെടുക്കുന്നവരുമല്ല. "

കമ്മീഷണർ സംശയാസ്പദമായി ചോദിച്ചു.

" വാട്ട് യു ഗസ്??,, ക്രിമിനൽ ഈസ് എ സൈക്കോപാത്ത്. "

" എസ് സർ,,,, ബട്ട് വൺ ചേഞ്ച്, ഇറ്റ്സ് നോട്ട് എ സിംഗിൾ വൺ. ഇറ്റ്സ് എ ഗ്രൂപ്പ് ഓഫ് പേഴ്സൺ. " അലക്സ്വിശ്വാസത്തോടെ പറഞ്ഞു.

" താൻ പറയുന്നതിന്റെ സീരിയസ്നസ് എനിക്ക് മനസ്സിലാകുന്നുണ്ട്, ബട്ട് അവരുടെ രീതികളെപ്പറ്റി നമ്മളെങ്ങനെ?”.

"അത് കണ്ടെത്തണം, സാറിനോട് ഞാൻ ആവശ്യപ്പെടുന്നത് ഒരാഴ്ച്ചത്തേ സമയമാണ്. ഇതെന്റെ ആദ്യ കേസ് കൂടിയാണ്." അലക്സ് മറുപടി പറഞ്ഞു.

കമ്മീഷണർ അതുവരെയുണ്ടായിരുന്ന അയാളുടെ ദേഷ്യത്തിന് ഒരല്പം ശാന്തി വരുത്തി പറഞ്ഞു.

"ഓക്കേ മാക്സിമം വൺ വീക്ക്. എന്തെങ്കിലും പുരോഗതി ഉണ്ടെങ്കിൽ എന്നെ വിവരം അറിയിക്കണം ".

അലക്സ് സാവധാനം ഇരിപ്പിടത്തിൽ നിന്നുയർന്നു.

" ഓക്കേ താങ്ക്യൂ സർ ". സല്യൂട്ട് അടിച്ചുക്കൊണ്ട് പോകാനായി തിരിഞ്ഞു.

പിന്നിൽ നിന്നും കമ്മീഷണർ വിളിച്ചു.

"എടോ.."

അലക്സ് അയാളിലേക്ക് ശ്രദ്ധച്ചെലുത്തി.

" ഇതെപ്പറ്റി മറ്റാരോടും ഇപ്പോ പറയണ്ട, പ്രത്യേകിച്ചാ... മീഡിയക്കാരോട്, അത് മതി ഇന്നിനി അന്തി ചർച്ചയ്ക്ക് ."

അലക്സ് ആദരവോടെ " ശരി സാർ ". ശേഷം കമ്മീഷണർ ഓഫീസിൽ നിന്നും പുറത്തേക്ക് ഇറങ്ങി.

വൈകുന്നേരം ഒരു നാലുമണിയോടെ അലക്സ് വീട്ടിലേക്ക് പോകാൻ പുറപ്പെട്ടു. ശരത്താണ് ജീപ്പ് ഓടിക്കുന്നത്. അവരങ്ങനെ പോയിക്കൊണ്ടിരിക്കുമ്പോഴാണ് അലക്സിന്റെ ഫോൺ റിങ്ങ് ചെയ്യുന്നത്. അത് ആതിരയുടെ കോൾ ആയിരുന്നു.

" ഇച്ചായൻ ഇപ്പോ എവിടെയാ?. "

" ദാ...,അങ്ങോട്ട് വന്നൊണ്ടിരിക്കുവാ."

ആതിര സ്വല്പം ഇടറിയ സ്വരത്തിൽ പറഞ്ഞു.

"ഇച്ചായാ ഞാൻ വിളിച്ചത്..... നമ്മടെ നാൻസി സൂയിസൈഡ് ചെയ്തു".

അലക്സിന് അത് വല്ലാത്തൊരു ഷോക്കിംഗ് ന്യൂസ് ആയിരുന്നു. അവൻ ഞെട്ടലോടെ ചോദിച്ചു.

"എന്തിന്?".

ആതിര വളരെ വേദനയോടെ പറഞ്ഞു.

" അറിയില്ല"... ഞാനിതാ ഇപ്പോഴാ അറിഞ്ഞത്, അറിഞ്ഞവഴിക്ക് ഇച്ചായനെ വിളിച്ചുപറഞ്ഞു."

" നീ ഫോൺ വെച്ചോ... ഞങ്ങൾ അങ്ങോട്ട് വരുവാ "...

കാര്യം എന്താണെന്ന് അറിയാതെ ശരത് അലക്സിനോട് തിരക്കി.

" എന്താ സാറേ എന്തുപറ്റി? ".

" ഞാൻ തന്നോട് വീടിനടുത്തുള്ള ഒരു നാൻസിയെ പറ്റി പറയാറില്ലേ...ഒരു പാവം കുട്ടി, അവൾ സൂയിസൈഡ് ചെയ്തു." അലക്സ് വളരെ വേദനയോടെ പറഞ്ഞു.

അലക്സ് നിശ്ചലനായി സീറ്റിലേക്ക് ചാരിയിരുന്ന ശേഷം വേദനയോടെ തന്റെ ഓർമ്മകളിലേക്ക് മുഴുകി. നാൻസിയുടെ വീട്ടിലേക്ക് ആദ്യമായി ആതിരയുമൊത്ത് നടന്നുപോയ ആ പുതുമോടിയിലെ രംഗം. അന്ന് അവർ അവളുടെ വീട്ടിലേക്ക് ഗേറ്റ് തുറന്ന് കയറി കോളിംഗ് ബെൽ അടിച്ചപ്പോൾ കതക് തുറന്നത് വേലക്കാരി ആയിരുന്നു.

" ഞങ്ങളീ സ്ട്രീറ്റിലെ പുതിയ താമസക്കാരാണ് " വേലക്കാരി ആണെന്ന് അറിയാതെ അലക്സ് പറഞ്ഞു. ഇതു കേട്ടതും വേലക്കാരി മാന്യതയോടെ മറുപടി പറഞ്ഞു.

" കയറിയിരിക്ക്... ഞാൻ കൊച്ചമ്മയെ വിളിക്കാം.. "

അലക്സും ആതിരയും അകത്തേക്ക് കയറി സെറ്റിയിലിരുന്നു. വേലക്കാരി സ്റ്റെയർകെയ്സിനടുത്ത് നിന്നുക്കൊണ്ട് കൊച്ചമ്മയെ വിളിച്ച ശേഷം അടുക്കളയിലേക്ക് പോയി. സ്റ്റെയർകെയ്സിലൂടെ നാൻസിയുടെ അമ്മ താഴേക്കിറങ്ങി വന്നു. കാഴ്ച്ചയിലറിയാം അവൾ തികഞ്ഞ ഒരു പൊങ്ങച്ചക്കാരി തന്നെയാണ്.

" പുതിയ താമസക്കാര് വന്നതറിഞ്ഞിരുന്നു. പക്ഷേ ഒന്ന് ഇറങ്ങാൻ സമയം കിട്ടണ്ടേ. ഈ മഹിള സമാജത്തിന്റെയും സ്ത്രീശാക്തീകരണത്തിന്റെയും എല്ലാം കോർഡിനേറ്റർ ആയിപ്പോയി... നിന്ന് തിരിയാൻ സമയമില്ല. "

അവർ പൊങ്ങച്ചത്തോടെ പറഞ്ഞു .

" ഹസ്ബൻഡ് എന്തു ചെയ്യുന്നു". അലക്സ് സൗമ്യതയോടെ ചോദിച്ചു.

" ഡിവോഴ്സ് ആണ്..."

താങ്കൾ എന്നാ വർക്ക് ചെയ്യുവാന്നോ "...

" ടൗൺ എസ്ഐ ആണ് ".

ഇത് കേട്ടതും അവർ സ്വല്പം പരിഹാസത്തോടെ പറഞ്ഞു.

" ഓ...അത് എന്തായാലും കാര്യമായി,

ഇനിയിപ്പോ കള്ളന്മാരെ പേടിക്കണ്ട... രാത്രിയൊക്കെ ഒരനക്കമായല്ലോ".

അലക്സിന്റെ മുഖത്തെ ഗൗരവം ആതിരയുടെ ശ്രദ്ധയിൽപ്പെട്ടതുകൊണ്ട് അവൾ സംസാര വിഷയം പെട്ടെന്ന് തന്നെ മാറ്റി.

" ആന്റി മക്കളൊക്കെ എന്ത് ചെയ്യുന്നു".

ആതിര നാൻസിയുടെ അമ്മയോടായി

ചോദിച്ചു.

" ഒരുത്തിയുണ്ട്, എന്നെ നാണം കെടുത്താനായിട്ട്. എങ്ങനെ ഗുണം പിടിക്കാനാ... (നാൻസിയുടെ അമ്മ തീരെ കൾച്ചർ ഇല്ലാതെ തുടർന്നു). അങ്ങേരുടെ അല്ലിയോ?."

പറഞ്ഞ് തീരേണ്ട താമസം വഷളായ ആ സന്ദർഭത്തിലേക്ക് നാൻസി കയറി വന്നു. തോളിലായി സൈഡ് ബാഗും ഇട്ടിട്ടുണ്ട്. അവർ അലെക്സിന്റേയും ആതിരയുടെയും മുൻപിൽ വച്ച് തന്നെ നാൻസിയെ അപമാനിച്ചുക്കൊണ്ട് പറഞ്ഞു.

" എവിടെ അഴിഞ്ഞാടാൻ പോയേക്കുവായിരുന്നടി ഇത്രയും നേരം."

" സുമയുടെ വീട്ടിൽ". നാൻസി ഗസ്റ്റുകളുടെ മുൻപിൽ വെച്ച് ശബ്ദം താഴ്ത്തിക്കൊണ്ട് നാണക്കേടോടെ പറഞ്ഞു.

" തന്തയും മോളും കൂടി ഞാൻ ഉണ്ടാക്കിയ എന്റെ സ്റ്റാറ്റസ് ഇല്ലാതാക്കും.., ഈ വീടിനു പുറത്തിറങ്ങിയാലാ...പറഞ്ഞേക്കാം."

നാൻസിയുടെ അമ്മ അലറി.

ശേഷം അടുക്കള ഭാഗത്തേക്ക് ഒന്ന് നോക്കിക്കൊണ്ട് അവർ ഉറക്കെ വിളിച്ചു പറഞ്ഞു.

" ഇന്നിവക്കിനി പച്ചവെള്ളം കുടിക്കാൻ കൊടുത്തേക്കല്ല്."

നാൻസി നിറക്കണ്ണുകളോടെ ആതിരയെയും അലക്സിനെയും ഒന്നു നോക്കി. ആദ്യമായി ആ വീട്ടിലേക്ക് കയറിച്ചെന്ന അവർക്ക്, അത് തങ്ങളെക്കൂടി അപമാനിച്ചതിന് തുല്യമായി.

അലക്സ് പെട്ടെന്ന് തന്നെ അവിടെ നിന്നും പോകുവാനായി എഴുന്നേറ്റു.

" എന്നാ ഞങ്ങൾ ഇറങ്ങട്ടെ ".

നാൻസിയുടെ അമ്മ ഗൗരവത്തോടെ പറഞ്ഞു.

"ആ... "

" ശരി ആന്റി. " ഇരുവരും പുറത്തേക്ക് ഇറങ്ങി.

അവർ പുറത്തേക്ക് ഇറങ്ങിയ ഉടനെ തന്നെ, ആ കതക് വലിച്ചടക്കപ്പെട്ടു.

എന്നാൽ നാൻസിയാകട്ടെ സ്റ്റെയർകെയ്സിലൂടെ വേഗം മുകളിലേക്ക് ചെന്ന് ടെറസിന് മുന്നിലായി അവരെ കാത്ത് നിൽക്കുകയായിരുന്നു. നാൻസി മുകളിൽ നിന്നുക്കൊണ്ട് ആതിരയെ ഉറക്കെ വിളിച്ചു.

"" ആന്റി"""....

ആതിര വിളി കേട്ടതും, അവൾ പിന്നിലേക്ക് തിരിഞ്ഞു നോക്കിയിട്ട് കൈ കാണിച്ചു.

നാൻസി ടെറസിന് മുകളിൽ നിന്നും വിളിച്ച് പറഞ്ഞു .

" പള്ളി വെച്ച് കാണാം ".

"ഉം, ശരി മോളെ"...

അലക്സും ആതിരയും അവളെ നോക്കി ചിരിച്ച ശേഷം അവിടെ നിന്നും വീട്ടിലേക്ക് പോകുന്നത് വരെ നാൻസി അവരെ തന്നെ വീക്ഷിച്ച് ടെറസിന് മുകളിൽ നിൽപ്പുണ്ടായിരുന്നു.

12

അലക്സ് തന്റെ ഓർമ്മകളിൽ നിന്നും ഇനിയും മടങ്ങിയെത്തിയിട്ടില്ല. നാൻസിയുടെ വീട് എത്തുന്നതിന് തൊട്ട് മുൻപേ ശരത് അലക്സിനെ വിളിച്ചുണർത്തി. അവിടെ വലിയൊരു ആൾക്കൂട്ടം തന്നെ വീടിനു പുറത്തായി തമ്പടിച്ചിരിക്കുന്നു. ആംബുലൻസ് റോഡിൽ പാർക്ക് ചെയ്തിരിക്കുന്നതായി കാണാം. ശരത് സീറ്റിലേക്ക് ചാരി കിടക്കുന്ന അലക്സിനെ ഒരിക്കൽ കൂടി വിളിച്ചു.

" സാർ വീടെത്തി ".

" താൻ വണ്ടി തിരിച്ചിട്ട് അകത്തേക്ക് വാ ".. അലക്സ് ശരത്തിനോട് പറഞ്ഞു.

അലക്സ് വേഗം പുറത്തേക്കിറങ്ങി നാൻസിയുടെ അച്ഛന്റെ അടുത്തേക്ക് ചെന്നു, അദ്ദേഹം അവിടെയിരുന്ന് കരയുകയാണ്.

" എന്റെ മോളെ അവള് കൊന്നാ സാറെ,... ആ നശിച്ചവള ഇതിനെല്ലാം കാരണം".

ബന്ധുക്കൾ അയാളെ പിടിച്ച് അലക്സിന്റെ മുന്നിൽ നിന്നും മാറ്റി മറ്റൊരിടത്തേക്ക് കൊണ്ട് ചെന്നിരുത്തി. അലക്സ് നാൻസിയുടെ റൂമിലേക്ക് പ്രവേശിച്ചു. ഫാനിൽ തൂങ്ങി നിൽക്കുന്ന നാൻസിയുടെ രൂപം കണ്ട് അലക്സും ശരത്തും പോലീസ് ക്യാപ്പ് ഊരി മാറ്റി.

" ആരെങ്കിലും കയറി കെട്ടഴിക്കു ".

അലക്സ് പറഞ്ഞതും രണ്ടുപ്പേർ കയറി കെട്ടഴിച്ചു. ശേഷം ശരത്തിനോടായി പറഞ്ഞു.

" ശരത്തേ.... ആംബുലൻസ് കയറ്റാൻ പറ... "

ശരത് പുറത്തേക്ക് ഇറങ്ങി ആംബുലൻസ് അകത്തേക്ക് കയറ്റി വിട്ടു.

അലക്സ് നിറമിഴികൾ തുടച്ചുക്കൊണ്ട് ഉറക്കെ വിളിച്ചു പറഞ്ഞു.
" മാറി നിക്കിനെടാ "..
ബോഡിയുമായി രണ്ടുപ്പേർ പുറത്തേക്ക് ഇറങ്ങി, ജനക്കൂട്ടങ്ങൾക്കിടയിൽ ശരത് ആളുകളെ തള്ളി. ആംബുലൻസിൽ ബോഡി കയറ്റി കൊണ്ടു പോകുമ്പോൾ വണ്ടികൾ ഓരോന്നായി പിന്നാലെ പോകുന്നുണ്ട്.
സമയം രാത്രി പത്ത് മണി കഴിഞ്ഞിരിക്കുന്നു.
അലക്സ് ഫാനിലേക്ക് നോക്കി ആലോചനയിൽ മുഴുകി അങ്ങനെ കിടക്കുകയാണ്. സമീപത്തായി ആതിര മെല്ലെ വന്നിരുന്നു.
" എന്നാലും ഇച്ചായാ.., ആ കൊച്ച് കാണിച്ചത് വല്ലാത്തൊരു ചെയ്യ്ത്തായി പോയി. എനിക്കിപ്പോഴും അങ്ങോട്ട് വിശ്വസിക്കാൻ കഴിയുന്നില്ല."
" എനിക്കും "...
" പാവം ഒരുപാട് സഹിച്ചു. ആ നശിച്ച തള്ളയാ എല്ലാത്തിനും കാരണം."
ആതിര സങ്കടത്തോടെ പറഞ്ഞു.
" ഉം "....
പ്രത്യേകിച്ച് യാതൊരു മറുപടിയും പറയാതെ അലക്സ് വീണ്ടും ആലോചനയിൽ മുഴുകിയിരിക്കുകയാണ്. ഇത് കണ്ടിട്ടെന്നോണം ആതിര അലക്സിനോട് ചോദിച്ചു.
" ഇച്ചായൻ എന്തുവായി ആലോചിച്ചു കൂട്ടുന്നേ?." മറുപടിയൊന്നും പറയാതെ അലക്സ് അങ്ങനെ കിടക്കുകയാണ്.
" ഇച്ചായാ..., ഞാൻ പറയുന്നേ വല്ലോം കേക്കുന്നുണ്ടോ?. "
അലക്സ് വാസ്തവത്തിൽ എന്തെല്ലാമോ മനസ്സിൽ കണക്കു കൂട്ടുകയാണ്. അവന്റെ മുഖഭാവം ആകെ മാറിക്കൊണ്ടിരിക്കുന്നു.
ആതിര പിന്നെയും വളരെ ഉച്ചത്തിൽ തന്നെ അലക്സിനെ വിളിച്ചുണർത്തി.
" ഇച്ചായാ"....
അലക്സ് ആലോചനയിൽ നിന്നും ഞെട്ടി എഴുന്നേറ്റു.
" നീ പറഞ്ഞോ ഞാൻ കേക്കുന്നുണ്ട് ".
" അപ്പോ ഇവിടെങ്ങും ഇല്ലായിരുന്നോ... ഞാൻ ആരോടാ ഈ പറഞ്ഞേ. "

ആതിര പരിഭവത്തോടെ തന്റെ കൈപ്പാദം മലർത്തിക്കൊണ്ട് പറഞ്ഞു.

" ഇനിയിപ്പോ പറഞ്ഞിട്ടെന്താ കാര്യം അത്രേയൊള്ളാരുന്നു ആ കൊച്ചിന് ആയുസ്സ്. നീ കിടന്നേ നാളെ അല്പം പണി കൂടുതലാ....."

അലക്സ് വല്ലാത്തൊരു നെടുവീർപ്പോടെ പറഞ്ഞു.

മുറിയിലെ ലൈറ്റ് വെളിച്ചം പതിയെ അണഞ്ഞു,എങ്ങും അന്ധകാരം വ്യാപിച്ചു.

ആതിര അസ്വസ്ഥയാണ്. രാത്രി മുഴുവൻ നാൻസിയെ കുറിച്ചുള്ള ചിന്തകൾ മാത്രമാണ് ആതിരയുടെ മനസ്സ് മന്ത്രിച്ചത്.

വളരെ അലസ മനോഭാവത്തോടെയാണ് അവൾ ഉറക്കം ഉണർന്നതും പ്രഭാതചര്യകൾ നിർവഹിച്ചതും. ഉണ്ണാനോ ഉടുക്കാനോ ഉത്സാഹമില്ല. നേരെ ചൊവ്വേ ഭക്ഷണം വച്ചുണ്ടാക്കുവാനും മനസ്സിന് ശ്രദ്ധ ലഭിക്കുന്നില്ല.

അലക്സിന്റെ അവസ്ഥയും ഏറെക്കുറെ അങ്ങനെ തന്നെയാണ് വിശപ്പും ദാഹവും അവനെ ഏശുന്നതേയില്ല. എന്നാൽ എന്തോ ഒരു തുമ്പുകിട്ടി എന്ന ലാഘവത്തോടെ , യൂണിഫോമിൽ കണ്ണാടിക്ക് മുൻപിലായി മീശയും പിരിച്ച് അല്പസമയം അങ്ങനെ നിന്നു.

രക്തബന്ധുക്കൾ ആരും തന്നെ ഇല്ലാത്ത ആതിരയ്ക്ക് അയൽപക്കകാരിയായ നാൻസി സ്വന്തമല്ലെങ്കിലും അനുജത്തിയെ പോലെ തന്നെയായിരുന്നു.... നാൻസിയുടെ വേർപാട് ആതിരക്കും വല്ലാത്ത മനോവേദന തന്നെയാണ്.

രാവിലെ പത്ത് മണിയോടെ തന്നെ അലക്സ് ഓഫീസിലേക്ക് പുറപ്പെട്ടു.

13

അലക്സ് ഓഫീസ് റൂമിൽ ഇരുന്നുക്കൊണ്ട് ഒരുപാട് നേരത്തേ കണക്ക് കൂട്ടലുകൾക്കൊടുവിൽ ഫോൺ എടുത്ത് ജോർജ് സാറിന് ഡയൽ ചെയ്യുന്നു.

"സാറെ... അലക്സാ.."

" മനസ്സിലായി താൻ പറഞ്ഞോ "..

" വൈകീട്ട് തിരക്കില്ലെങ്കിൽ പുറത്തുവെച്ച് ഒന്ന് കാണാൻ പറ്റുമോ".

" അതിനെന്താടോ ഞാൻ വരാം".

" ഓക്കേ സർ. " അലക്സ് കോൾ കട്ട് ചെയ്തശേഷം, ടേബിളിൽ വച്ചിരുന്ന തന്റെ പോലീസ് തൊപ്പി ശിരസ്സിലണിഞ്ഞ് പുറത്തേക്ക് ഇറങ്ങി.

സമയം സായാഹ്നമായി, രാവിലെ പറഞ്ഞുറപ്പിച്ച പ്രകാരം അലക്സ് നേരത്തെ തന്നെ ജോർജിനെ കാണാനായി ബീച്ചിലേക്ക് പുറപ്പെട്ടു. അവൻ ബീച്ചിന്റെ സൈഡിലായി അങ്ങനെ നിൽക്കുകയാണ്. അല്പസമയത്തിന് ശേഷം ജോർജ് പോലീസ് ജീപ്പിൽ അവിടേക്ക് എത്തിച്ചേർന്നു.

" എന്താടോ ഒരുപാട് നേരമായോ വന്നിട്ട്?".

" അല്ല സാറേ,ഇപ്പോ വന്നതേയുള്ളൂ " അലക്സ് ബഹുമാനത്തോടെ പറഞ്ഞു.

" സ്റ്റേഷനി ചെറിയ ഒരു കശപിശ, അത് ഒന്ന് തീർപ്പാക്കിയപ്പോ സമയം വൈകി ". ജോർജ് തലയിലെ തൊപ്പി ഊരി മാറ്റിയിട്ട് പറഞ്ഞു.

" എന്താ സാറേ എന്തേലും "...അലക്സ് ആകാംക്ഷയോടെ ചോദിച്ചു.

" പ്രതികള് തമ്മിലായിരുന്നേ...പോട്ടെന്ന് വയ്ക്കായിരുന്നു. ഇതിപ്പോ,,താനെന്താ കാണണമെന്ന് പറഞ്ഞേ...."

ജോർജ് അമർഷത്തോടെ പറഞ്ഞു.

" സാർ അറിഞ്ഞ് കാണുമല്ലോ കഴിഞ്ഞ ദിവസത്തെയാ സൂയിസൈഡ് കേസ് ".

അലക്സ് തുടർന്നു.

" പറയുന്ന കേട്ടു, അതിനിപ്പോ എന്തുപറ്റി"?.

" അല്ല സാറേ നമ്മളെ സംബന്ധിച്ചിടത്തോളം ഇത് കുറ്റവാളിയെ കണ്ടെത്താനുള്ള ഒരവസരമാണ് ". അലക്സ് പ്രതീക്ഷയോടെ പറഞ്ഞു.

"എങ്ങനെ?". ജോർജിന് ആശ്ചര്യമായി.

" സാറിനറിയാലോ..നാൻസിയുടെ മരണം തീർത്തും ക്രിസ്തീയ വിശ്വാസങ്ങൾക്കും ആചാരങ്ങൾക്കും എതിരായി സംഭവിച്ചതാണ്, കണക്കുക്കൂട്ടലുകൾ പിഴച്ചില്ലെങ്കിൽ ഇത്തവണ നമുക്കതിന് കഴിയും ". അലക്സ് തന്റെ നിഗമനത്തിലേക്ക് എത്തിച്ചേർന്നു.

" താൻ പറയുന്നതിന്റെ ഗൗരവം എനിക്ക് മനസ്സിലായി, പക്ഷേ എങ്ങനെ?. നേരിട്ടൊരു പ്രകോപനം ഉണ്ടായാൽ, അവരെ പിന്നെ കണ്ടെത്താൻ കഴിഞ്ഞെന്നേ വരില്ല. " ജോർജിന് ഒന്നും വ്യക്തമായില്ല.

അലക്സ് ജോർജിന്റെ അടുത്തേക്ക് നീങ്ങി വളരെ രഹസ്യമായി പറഞ്ഞു.

" അതെ സർ, വളരെ രഹസ്യമായി... ഡിപ്പാർട്ട്മെന്റ് പോലും അറിയാതെ നീങ്ങിയെ പറ്റൂ. അവർ ആരായിരുന്നാലും ഇതോടുക്കൂടി ഈ കേസ് അവസാനിച്ചിരിക്കും ".

" താൻ എന്തായാലുമൊന്ന് സൂക്ഷിക്കണം.

ആട്ടെ, ആ കുട്ടിയുടെ അടക്കം എന്നത്തേക്കാണെന്ന് വല്ലോം അറിഞ്ഞോ? " ജോർജ് വല്ലാത്തൊരു ടെൻഷനോടെ ആരാഞ്ഞു.

" പോസ്റ്റ്മോർട്ടം കഴിഞ്ഞാ ഉടനെ കാണും, മാക്സിമം റ്റു ഡേയ്സ് ".

അയാൾ അലക്സിന് ഷേക്ക് ഹാൻഡ് കൊടുത്തശേഷം പുഞ്ചിരിച്ചുക്കൊണ്ട് പറഞ്ഞു.

" ഇതിന്റെ ക്രെഡിറ്റ് എന്തായാലും ഞാനായി തട്ടിയെടുക്കുന്നില്ല എനി വേ ബെസ്റ്റ് ഓഫ് ലക്ക് ".

അലക്സ് വലിയൊരു ദൗത്യം ഏറ്റെടുക്കാൻ പോകുന്ന നെടുവീർപ്പോടെ," താങ്ക്യൂ സർ "...

ജോർജ് ജീപ്പിൽ കയറി പോയ ശേഷം, അലക്സ് തിരയെ സാക്ഷിയാക്കി നാൻസിയുടെ ഓർമ്മകളിലേക്ക് മുഴുകി.

കുഞ്ഞനുജത്തിയെ പോലെ ഒരുനാൾ തങ്ങളുടെ ഹൃദയത്തിലേക്ക് കടന്ന് വന്ന നാൻസിയുടെ വേർപാട് അലക്സിന് വല്ലാത്തൊരു നൊമ്പരം തന്നെയാണ്.

പള്ളിയിലെ ഗായക സംഘത്തിലെ നാൻസിയുടെ നിറസാന്നിധ്യം. മിക്ക ഞായറാഴ്ചകളിലും അലക്സിൻ്റെയും ആതിരയുടെയും കൂടെ നാൻസിയും ഉണ്ടാകാറുണ്ടായിരുന്നു പള്ളിയിലേക്ക്. ഒരിക്കൽ, ആളുകൾക്കിടയിലൂടെ കുരുത്തോലയുമായി നടന്നു പോകുന്ന നാൻസിയെ അവളുടെ അമ്മ കണ്ട പാടെ തങ്ങളിൽ നിന്നും നിർബന്ധിച്ച് കാറിൽ കയറ്റി കൊണ്ടുപ്പോയിരുന്നു. ആ സന്ദർഭത്തിൽ നിസ്സഹായരായി അവളെ നോക്കി നിൽക്കുവാനെ തങ്ങൾക്ക് കഴിഞ്ഞുള്ളൂ.

14

രണ്ട് ദിവസത്തെ കാത്തിരിപ്പിനൊടുവിൽ പോസ്റ്റ്മോർട്ടം കഴിഞ്ഞ് നാൻസിയുടെ മൃതദേഹം അടക്കം ചെയ്യ്തു. എല്ലാവരും സെമിത്തേരി വിട്ട് പിരിഞ്ഞു പോയി.

ഏകദേശം രാത്രി പന്ത്രണ്ട് മണിയോട് കൂടി മരപ്പടർപ്പുകൾക്കിടയിലൂടെ ഇരുളിനെ കീറി മുറിച്ച് സെമിത്തേരിയെ ലക്ഷ്യമാക്കി ആ ഗോവൻ രജിസ്ട്രേഷൻ കോണ്ടസ്സാ കാർ കടന്ന് വരുന്നു. സെമിത്തേരിക്ക് മുൻപിലായി കാർ നിർത്തിയ ശേഷം, കാറിനുള്ളിൽ നിന്നും മൂന്ന് പേർ പുറത്തേക്ക് ഇറങ്ങി. ക്യാപ്പ് ചേർന്ന കറുത്ത വേഷധാരികളായ അവരുടെ മുഖം ഇരുട്ടിൽ അവ്യക്തമാണ്. ഡിക്കിയിൽ കരുതിയ പാര, റോപ്പ് ഏണി, ബ്ലാക്ക് ആൻഡ് വൈറ്റ് പെയിന്റ് മുതലായവ ഓരോന്നായി എടുത്ത് പുറത്തേക്കിട്ടു. ബൊക്കകളാൽ അലംകൃതമായ നാൻസിയുടെ കല്ലറക്കടുത്തേക്ക് അവർ നടന്ന് നീങ്ങി. കൈയിൽ കരുതിയ കമ്പിപ്പാര ഉപയോഗിച്ച് കല്ലറയുടെ സൈഡുകൾ ഇളക്കി സ്ലാബ് മാറ്റിക്കൊണ്ട് റോപ്പ് ഏണി വഴി ഒരാൾ കല്ലറക്കുള്ളിലേക്ക് ഇറങ്ങി, അയാൾ പെട്ടി ഇറക്കിയ കയർ മുകളിലേക്ക് ഇട്ട് കൊടുത്തു. മൂവരും സാവധാനത്തിൽ പെട്ടി വലിച്ച് മുകളിലേക്ക് കയറ്റി.

ശവപ്പെട്ടിക്ക് മുകളിലെ കുരിശിന് ബ്ലാക്ക് പെയിന്റ് അടിച്ചതിനുശേഷം വൈറ്റ് പെയിന്റ് ഉപയോഗിച്ച് വികൃതമായ കുരിശു വരച്ച് തീർത്തു. ശവംതീനികളായ മനുഷ്യരൂപം പൂണ്ട ആ ചെകുത്താന്മാർ, കല്ലറയിൽ നിന്നും മോഷ്ടിച്ച മൃതശരീരം അടങ്ങിയ ശവപ്പെട്ടിയും തോളിലേന്തി വാനിന് സമീപത്തേക്ക് നടന്നു നീങ്ങി.

പെട്ടെന്ന് എതിർ ദിശയിൽ നിന്നും അവരിലേക്ക് പതിക്കുന്ന ടോർച്ച് വെളിച്ചത്തിൽ മധ്യത്തിലായുള്ള വ്യക്തി അവിടേക്ക് തിരിഞ്ഞ് നോക്കിക്കൊണ്ട് തന്റെ മൂടുപടം മെല്ലെയൊന്ന് മാറ്റി. അത്യന്തം ഭയാനകം ആയിരുന്നു ആ കാഴ്ച, അതെ പ്രസന്നരൂപിയായ ഒരാൾ. അതേ... അത് അന്വേഷണ ഉദ്യോഗസ്ഥൻ അലക്സാണ്!!!

15

" എന്റെ അലക്സ് മോൻ കൈകുഞ്ഞ് ആയിരിക്കുമ്പോഴാ അവന്റെ അപ്പനുമമ്മയും എന്നെ ഏൽപ്പിച്ചേച്ച് വല്ലാത്തൊരു പോക്കങ്ങ് പോയത്. വളരെ പെട്ടന്നായിരുന്നു മാത്തച്ചന്റെ മരണവും, ഇതെല്ലാം താണ്ടി ഞാനന്ന് ജീവിച്ചത് അവനുവേണ്ടി മാത്രമായിരുന്നു. അവന്റെ ഓരോ വളർച്ചയും, ആ കാലഘട്ടങ്ങളിൽ അവൻ നേടിയെടുക്കുന്ന ഓരോ അംഗീകാരങ്ങളും അതുമാത്രമായിരുന്നു എന്റെ ഏക ആശ്വാസം. അവസാനം അവന്റെ അപ്പന്റെയാഗ്രഹം പോലെ പോലീസ് യൂണിഫോമിൽ വീട്ടിലേക്ക് വന്നതും, എല്ലാം ഓർക്കുമ്പോൾ ഇന്നലെ കഴിഞ്ഞതുപ്പോലെ. വളരെ ചിട്ടയും കർക്കശക്കാരനും, നീതിമാനുമായ ഒരു മിലിട്ടറി ഉദ്യോഗസ്ഥൻ ആയിരുന്നു അവന്റെ അപ്പൻ. ആ അപ്പന്റെ മോനാണ്, ഇന്നിങ്ങനെയൊരു പഴി ഏൽക്കേണ്ടി വന്നത്. ചെറുപ്പം മുതൽക്കേ അവൻ എത്ര അംഗീകാരങ്ങൾ വാരിക്കൂട്ടിയിട്ടുണ്ടെന്നോ... ഭർത്താവിന്റെയും മകന്റെയും വേർപാട് എന്നിൽ നിന്നും മായ്ച്ചുകളഞ്ഞത് അവന്റെ സാമീപ്യം മാത്രമായിരുന്നു. കണ്ണടക്കുന്നത് സന്തോഷകരമായ അവന്റെ കുടുംബ ജീവിതം കണ്ടിട്ട് വേണം, ഇനിയേലും ഉടയ തമ്പുരാൻ എന്നെ പരീക്ഷിക്കാതിരുന്നാ മതിയാരുന്നു. അവസാനമായി അന്ന് ആ കോടതി മുറിക്കുള്ളിൽ അവനെ നിസ്സഹായയായി കാണേണ്ടി വന്ന എന്റെ അവസ്ഥ .. നെഞ്ച് പൊട്ടിപ്പോയി മോളെ "...

വല്യമ്മച്ചി വാവിട്ടു കരഞ്ഞതും, ആതിര കാറോടിക്കുന്നതിനിടയിൽ അവളുടെ മിഴിനീർ തുടച്ചുക്കൊണ്ട് വല്യമ്മിച്ചിടെ തോളിലായി കൈവെച്ച് ഒന്നാശ്വസിപ്പിച്ചു.

അവർ സാവധാനം സീറ്റിലേക്ക് ചാരിക്കൊണ്ട്, അന്നത്തെ ആ രംഗം ഒരു നിമിഷം മനസ്സിലേക്ക് കോർത്തെടുത്തു.

പ്രതിക്കൂട്ടിലായി നിൽക്കുന്ന അലക്സ്. നിറകണ്ണുകളോടെ വിധി കേൾക്കുന്ന ആതിരയും വല്യമ്മച്ചിയും.

" പ്രതിക്കുമേൽ ചുമത്തപ്പെട്ട കുറ്റം സംശയാതീതമായി തെളിയിക്കപ്പെടുകയും, സിസിടിവി ദൃശ്യങ്ങളിന്മേൽ പ്രതി പ്രതിപാദിക്കുന്ന കാര്യങ്ങൾ തെളിയിക്കുന്നതിൽ പ്രോസിക്യൂഷൻ പരാജയപ്പെടുകയും ചെയ്തിരിക്കുന്നു. ആയതിനാൽ നിയമപാലകൻ തന്നെ നിയമ ലംഘനത്തിനും, ഒരു ജനതയുടെ ആചാരങ്ങൾക്കും അനുഷ്ഠാനങ്ങൾക്കും കോട്ടം വരുത്തിയതിനാലും ഇന്ത്യൻ ജുഡീഷ്യറി അനുശാസിക്കുന്ന, ഐപിസി 297 ബാർ ഐപിസി 378 പ്രകാരം പ്രതിയെ മൂന്നുവർഷം തടവിന് ഈ കോടതി വിധിച്ചിരിക്കുന്നു."

ജഡ്ജിയുടെ വിധി പ്രസ്താവനയോടെ ആകെ തളർന്നുപ്പോയ വല്യമ്മച്ചി വലിയൊരു നെടുവീർപ്പോടെ ഇരിപ്പിടത്തിലേക്ക് ചാരി പൊട്ടി കരഞ്ഞു. ആ നിമിഷം സ്വയം ആശ്വസിപ്പിച്ചും വല്യമ്മച്ചിക്ക് താങ്ങായും കൂട്ടു നിന്നത് ആതിരയായിരുന്നു.

അലക്സിനെ കോടതി വരാന്തയിലൂടെ പോലീസ് ഉദ്യോഗസ്ഥർ വിലങ്ങേന്തി കൊണ്ടുപ്പോകുന്നത് നിറക്കണ്ണുകളോടെ നോക്കി നിൽക്കുവാൻ മാത്രമേ അവരിരുവർക്കും കഴിഞ്ഞുള്ളൂ...

ജയിലറക്കുള്ളിലെ അലക്സിന്റെ ഏകാന്തവാസം ഓർമകളുടെ അബോധ തലങ്ങളിലേക്ക് അവനെ കൂട്ടികൊണ്ടുപ്പോയി. കുട്ടിയായിരിക്കെ വല്യമ്മച്ചി തനിക്ക് ചോറ് വാരി നൽകിയതും സ്കൂളിൽ ആദ്യദിനം ചേരാനായി പോകുമ്പോൾ വലിയ വായിൽ വാവിട്ട് കരഞ്ഞതും, വല്യമ്മച്ചിക്കൊപ്പം തിരികെ പോരുന്നതും, ഇത് ആവർത്തിച്ചപ്പോൾ വല്ല്യമ്മച്ചി വീട്ടിലേക്ക് മടങ്ങിപ്പോകാതെ സ്കൂൾ ഗ്രൗണ്ടിലായി തന്നേ കാത്ത്നിൽക്കുന്നതും..

എല്ലാവിധ രാജകീയ പ്രൗഢിയോടുകൂടിയും ജനിച്ച് വളർന്ന തന്റെ പേരക്കുട്ടിയിപ്പോൾ കൊള്ളക്കാരുടെയും കൊലപാതകി കളുടേയും മധ്യത്തിൽ യാതൊരു കുറ്റവും ചെയ്യാതെ ഇത്രയുംനാൾ അന്തിയുറങ്ങി....

" വല്യമ്മച്ചി.... "

ആതിര വല്ല്യമ്മച്ചിയെ സാവധാനം തട്ടി എഴുന്നേൽപ്പിച്ചു. അവർ ഓർമകളിൽ നിന്ന് പുതുവെളിച്ചത്തിലേക്കുള്ള ചാൽ തുറന്നു.

കാറിൽ നിന്ന് ആതിര പുറത്തേക്ക് ഇറങ്ങി.

ഇതേ സമയം അങ്ങ് ജയിലറക്കുള്ളിൽ,

" താൻ പോന്നില്ലേ.... അതോ ഇനി ഇവിടെ തന്നങ്ങ് കിടക്കുവാന്നോ"..

സെല്ലിലായി ചൂരൽ തട്ടിക്കൊണ്ട് ജയിലർ അലക്സിനോട് പറഞ്ഞു. ശേഷം തുറക്കപ്പെട്ട സെല്ലിലൂടെ അലക്സ് പുറത്തേക്ക് ഇറങ്ങി ജയിലർക്കൊപ്പം നടന്നു നീങ്ങി. അലക്സും ജയിലറും നേരെ സൂപ്രണ്ടിന്റെ റൂമിലേക്കാണ് ചെന്നെത്തിയത്.

" താൻ പൊക്കോ ".

സൂപ്രണ്ട് ജയിലറോഡായി പറഞ്ഞു, അയാൾ പുറത്തേക്ക് പോയി.

" എന്താ അലക്സേ നിന്റെ മൊഖത്തൊരു സന്തോഷവും ഇല്ലല്ലോ, ഇനിയേലും ദൈവത്തെയൊക്കേ വിളിച്ച് മാന്യമായി ജീവിക്കാൻ നോക്ക് ".

ഇത് കേട്ടതും അലക്സ് സ്വല്പം പരിഹാസത്തോടെയൊന്ന് ചിരിച്ചു.

" എന്താടോ തനിക്കൊരു പുച്ഛം, ഇനിയും ഇതാണ് പരിപാടിയെങ്കി അലക്സേ...ഉള്ളത് പറയാമല്ലോ ഞങ്ങടെ നയവും രീതിയും അങ്ങ് മാറും, ഞങ്ങളും വിശ്വാസികളാ."

അലക്സ് തീക്ഷണതയോടെ സൂപ്രണ്ടിനെ ഒന്ന് നോക്കിയ നിമിഷം അദ്ദേഹത്തിന്റെ കണ്ണുകളിലേക്ക് ഭീതി പടർന്നു.

"താനെന്തായാലും പോയി വേഷം മാറി വാ"

സൂപ്രണ്ട് അലക്സിനോട് പറഞ്ഞു.

അലക്സ് വേഷം മാറിയ ശേഷം സൂപ്രണ്ടിന്റെ മുറിയെ ലക്ഷ്യം വെച്ച് നടന്നു, തുടർന്ന് തുറക്കപ്പെട്ട ജയിൽ കവാടങ്ങൾ അലക്സിനെ പുറംലോകത്തേക്ക് എത്തിച്ചു. അവിടെ ആതിരയും വല്യമ്മച്ചിയും ഒരു വശത്തും മറുവശത്തായി ശരത്തും കാത്ത് നിൽക്കുന്നു. അലക്സ് തന്റെ കുടുംബത്തിന് സമീപത്തേക്ക് എത്തവേ വല്യമ്മച്ചി കാറിന്റെ ഡോർ തുറന്നു. അലക്സ് ആദ്യമായി തന്റെ കുഞ്ഞിന്റെ നെറ്റിൽ ഒന്ന് ചുംബിച്ചു, ഒരുപാട് കാലത്തെ കാത്തിരിപ്പ്.

അതിമനോഹരമായ ഈ നിമിഷം ആതിരയുടെ മുഖപ്പേശികളിൽ സന്തോഷത്തിന്റെ ആനന്ദക്കണ്ണീർ വർഷിച്ചു. അലക്സ് പെട്ടെന്ന്

തന്നെ പോകാനായി തിരിഞ്ഞപ്പോൾ വല്യമ്മച്ചി അലക്സിന്റെ കൈയിലെക്ക് കടന്ന് പിടിച്ചു. വിഷമത്തോടെ അവൻ വല്യമ്മച്ചിയെ ഒന്ന് നോക്കിയ ശേഷം കൈയിലെ പിടിത്തം ഉപേക്ഷിച്ചുക്കൊണ്ട് ശരത്തിനടുത്തേക്ക് നടന്നു നീങ്ങി .

" ഇച്ചായനിതെങ്ങോട്ടാ...ഞങ്ങളെ ഇട്ടേച്ച്?.

ആതിര നെടുവീർപ്പോടെ പരാതിപ്പെട്ടു.

"നമ്മടെ കൊച്ചിന്, അവടെ അപ്പൻ ഞാനാണെന്ന് അന്തസ്സോടെ പറയണമെങ്കിൽ എനിക്കെന്റെ നിരപരാധിത്വം തെളിയിച്ചേ പറ്റൂ ...".

അലക്സ് ഇത്രയും പറഞ്ഞുക്കൊണ്ട് മറുഭാഗത്തേക്ക് നടന്ന് നീങ്ങുകയും, ശേഷം ശരത്തിനൊപ്പം ജീപ്പിൽ യാത്രയാകുന്നത് ആതിരയും വല്യമ്മച്ചിയും നിരാശയോടെ നോക്കി നിന്നു.

അതീവ ദുഃഖമടക്കാനാവാതെ ആതിര തിരികെ വീട്ടിലേക്ക് കാർ ഡ്രൈവ് ചെയ്തുക്കൊണ്ടിരിക്കേ, അവൾ കുഞ്ഞിലേക്കൊന്ന് ശ്രദ്ധച്ചെലുത്തിയ ശേഷം തന്റെയോരോരോ ഓർമ്മകളിലൂടെ കടന്നുക്കൊണ്ട് തന്നേ വാഹനം ഓടിച്ച് പോവുകയാണ്.

ഓർഫനേജ് വരാന്തയിൽ വെച്ച് അവർ പരസ്പരം കണ്ട നിമിഷങ്ങൾ, ബൈക്കിൽ സഞ്ചരിച്ച മനോഹര മുഹൂർത്തങ്ങൾ , തിയേറ്ററിൽ സിനിമ കണ്ടതും, വിദൂരമായ മണൽ പരപ്പിലൂടെ തിരക്ക് സമാനമായി നടന്നു പോകുന്നതും, ഓർഫനേജിൽ കുട്ടികൾക്ക് മധുരം നൽകുന്നതും അങ്ങിനെ..അങ്ങിനെ. അലക്സ് അവളെ കാർ ഓടിക്കാനായി പഠിപ്പിക്കുന്ന നിമിഷം എതിർ ദിശയിലൂടെ ഒരു വാഹനം വരുന്നത് കണ്ട് ആതിര പേടിച്ച് കാർ ഓഫ് ചെയ്യുന്നതും. ട്രാഫിക് ബ്ലോക്ക് ഒഴിവാക്കുന്നതിനായി ആതിരയെ ഡ്രൈവിംഗ് സീറ്റിൽ നിന്ന് മാറ്റിക്കൊണ്ട് അലക്സ് കാർ എടുക്കുന്നതും. അങ്ങനെയാ ദാമ്പത്യ ജീവിതത്തിലെ സുന്ദരനാളുകൾക്കിടയിൽ അപ്രതീക്ഷിതമായി തങ്ങൾക്കിടയിലേക്ക് കടന്നു വന്ന ദുരന്തം. പോലീസുകാർ അലക്സിനെ വിലങ്ങുവെച്ച് കൊണ്ടുപോയ ശേഷം വല്യമ്മച്ചിക്കൊപ്പം പാലക്കൽ തറവാട്ടിലേക്ക് ചെന്ന് കയറുന്നതും, ഈ സങ്കടങ്ങൾക്കെല്ലാം ചെറിയൊരു സാന്ത്വനമായി ദൈവം ഒരു കുഞ്ഞിനെ സമ്മാനിച്ചിരിക്കുന്നു എന്നത് ചെറിയൊരു തലകറക്കത്തിലൂടെ ഹോസ്പിറ്റലിൽ നിന്നും മനസ്സിലാക്കിയതും, വല്യമ്മച്ചി പൊന്നുപോലെ ആതിരയെ പരിചരിക്കുന്നതും അങ്ങനെ

ചില നിമിഷങ്ങൾ. അവസാനം അതാ താൻ ജന്മം നൽകിയ പെൺകുഞ്ഞ്...ആതിര ഒരിക്കൽക്കൂടി അവളുടെ മുഖത്തേക്കൊന്ന് നോക്കി.

ആറ്റു നോറ്റുണ്ടായ പൊന്നു മോളെ അച്ഛൻ ആദ്യമായി കാണുന്നത് ജയിലിൽ വെച്ചാണ്. അതെ പ്രസവശേഷം കുഞ്ഞിനെ ഒരുനോക്ക് കാണിക്കുന്നതിനായി അലക്സിനടുത്തേക്ക് അവർ പോയിരുന്നു. കൈക്കുഞ്ഞുമായി സെല്ലിനപ്പുറം നിൽക്കുന്ന ആതിരയും വല്യമ്മച്ചിയും, അഴികൾക്കിടയിലൂടെ കുഞ്ഞിന്റെ കൈവിരലുകളിൽ ഒന്ന് സ്പർശിക്കാനല്ലാതെ മറ്റൊന്നിനും അവന് കഴിഞ്ഞിരുന്നില്ല. ആ നേരം തന്നിലേക്ക് പുഞ്ചിരി തൂകുന്ന കുഞ്ഞിനെയൊന്ന് വാരിപ്പുണരാനാകാതെ അലക്സ് കരഞ്ഞ രംഗം ഓർക്കുമ്പോൾ അന്നത്തെ പോലെ ഇന്നും അവളുടെ മിഴികൾ ഈറനണിഞ്ഞു.

16

ആളൊഴിഞ്ഞ പ്രദേശത്തെ ഒരു വീടിന് മുൻപിലായി ശരത് ജീപ്പ് നിർത്തുന്നു.

അവരിരുവരും ഡോർ തുറന്നു പുറത്തേക്ക് ഇറങ്ങി. ശരത്ത് വീടിന്റെ കതകുകൾ തുറന്നു, ചുറ്റുപാടുമൊന്ന് നിരീക്ഷിച്ചതിനുശേഷം അകത്തേക്ക് പ്രവേശിച്ചു. അലക്സ് വീടും പരിസരവും സസൂഷ്മം വീക്ഷിക്കുമ്പോൾ ശരത് മുൻഭാഗത്തെ ജനൽ പാളികൾ തള്ളി തുറന്നു.

" സാറ് പറഞ്ഞപോലെ അന്നത്തെയാ കേസ് ഫയലും റിപ്പോർട്ടുമെല്ലാം, ആ.... ഷെൽഫിലിരുപ്പൊണ്ട് ".

" കിരീടം ഇല്ലാത്ത രാജാവിനെ ആരേലും സാറേന്ന് വിളിക്കുമോടോ, ഒന്നുല്ലെങ്കിലും താനിപ്പോ ഒരു എസ് ഐ അല്ലെ ".

അവൻ ചിരിച്ചുക്കൊണ്ട് ശരത്തിനോടായി പറഞ്ഞു.

" അതെ ഫുഡിന്റെ കാര്യം എങ്ങനാ, പുറത്ത് പറയണോ"?.

" ഏയ് അത് വേണ്ട.. ഞാൻ പോയി കഴിച്ചോളാം. താനെന്നാ വിട്ടോ.., എന്തേലും ആവശ്യമുണ്ടേ വിളിക്കാം ".

ശരത്ത് പുറത്തേക്കിറങ്ങാൻ തിരിഞ്ഞതും.

"എടോ.... നാൻസിയുടെ ബോഡി പിന്നെ കിട്ടിയിരുന്നോ "?.

"ഇല്ല സർ, അന്നൊരുപാട് അന്വേഷിച്ചു. പിന്നെ പുറത്തേക്ക് വല്ലോം ഇറങ്ങണമെങ്കി പോർച്ചിലൊരു സ്കൂട്ടർ ഇരിപ്പുണ്ട്, വർക്കിംഗ് കണ്ടീഷനാ ".

അലക്സ് അവനെ നോക്കി ഒരു ചിരി പാസ്സാക്കുന്നു, തുടർന്ന് പുറത്തേക്ക് കടന്ന ശരത് ജീപ്പിന് സമീപത്തേക്ക് നീങ്ങി.

ശരത് പോയ ശേഷം അലക്സ് ഷെൽഫിലെ കേസ് ഫയലുകളിൽ ഒരെണ്ണം വലിച്ചെടുത്തുക്കൊണ്ട് സമീപത്തായി കിടന്ന

കസേരയിലേക്കിരുന്നു.

‘ The crime behind the brain of a police officer ’.

ഓരോ പേജുകളിലൂടെയും അലക്സ് കണ്ണോടിച്ചു, അവസാന പേജിലെ മാറ്റർ അവൻ വായിച്ചെടുത്തു. Due to clear evidence, we can understand that the criminal is a police officer, his aim is to violate the Christian culture and Christianity across the state and his name is Alex. അവൻ ഫയൽ മടക്കി വെച്ചേതിനുശേഷം, കസേരയിൽ ചാരി മുകളിലേക്ക് നോക്കി അങ്ങനെയിരുന്നു.

നേരം രാത്രിയിലേക്ക് കടക്കവേ താനന്ന് ശിക്ഷിക്കപ്പെടാൻ കാരണമായ പള്ളി സെമിത്തേരിയിലേക്ക് അലക്സ് എത്തിച്ചേർന്നു. കവാടത്തിന് മുൻപിലായി അലക്സ് കുറച്ചുനേരം എന്തൊക്കെയോ ആലോചിച്ച് നിന്ന ശേഷം, സെമിത്തേരിക്ക് മധ്യത്തിലൂടെ നടന്നു നീങ്ങിയ അവൻ നാൻസിയുടെ കല്ലറക്ക് മുൻപിലായി നിരാശയോടെ നോക്കി നിന്നു. സാവധാനം പാതിയടഞ്ഞ അവന്റെ കണ്ണുകളിലേക്ക് ഓർമ്മകൾ കടന്ന് വന്നു. വർഷങ്ങൾക്കു മുമ്പ് നടന്ന ആ സംഭവം, താൻ ചെയ്യാത്ത കുറ്റം.. ഒരിക്കൽക്കൂടി ഒന്നോർത്തെടുത്തു.

സെമിത്തേരിയിലേക്ക് കടന്നുവരുന്ന ബ്ലാക്ക് കോണ്ടസ്സാ കാർ. പുറത്തേക്കിറങ്ങുന്ന കറുത്ത വേഷധാരികളായ മൂന്നുപ്പേർ. അവർ കൈയിൽ കരുതിയ ആയുധങ്ങളുമായി നാൻസിയുടെ കല്ലറ കുത്തിയിളക്കിയതിനു ശേഷം ശവപ്പെട്ടിയുമേന്തി പുറത്തേക്ക് പോകുന്നു. ഇതേ സന്ദർഭം അതേ വേഗതയിൽ തന്നെ അലക്സിന്റെ ഓർമ്മകളിലൂടെ തിരിച്ചും സംഭവിക്കുന്നു. ശവപ്പെട്ടിയുമേന്തി കല്ലറയിലേക്ക് കടന്ന് വരുന്ന കറുത്ത വേഷധാരികളായ മൂന്നുപ്പേർ. അവർ നാൻസിയുടെ തുറന്ന കല്ലറയിലേക്ക് ശവപ്പെട്ടി ഇട്ടതിനുശേഷം സ്ലാബാൽ കല്ലറ മൂടിക്കൊണ്ട് കാറിനടുത്തേക്ക് നടന്ന് നീങ്ങുന്നു. അവർ ഉച്ചത്തിൽ അലക്സിനെ നോക്കി ചിരിച്ചു...മൂന്നുപ്പേർക്കും അലക്സിന്റെ അതേ രൂപമാണ്. ഇവിടെയാണ് അവൻ ആശയ കുഴപ്പത്തിലാവുന്നത്.

അവൻ നേരെ പള്ളിക്കുള്ളിലേക്ക് കടന്ന് തിരുരൂപത്തിന് മുൻപാകെ പ്രാർത്ഥിച്ചു. തോളിലായി ആരോ കൈ വെയ്ക്കുന്ന പോലെ തോന്നിയ അലക്സ് പിന്നിലേക്കൊന്ന് തിരിഞ്ഞുനോക്കി അത് പുരോഹിതനാണ്.

" തനിക്കെന്താ പറ്റിയത് ?, ഇതേവരെ വീട്ടി ചെന്നില്ലെന്ന് അറിഞ്ഞു ".

" അച്ചനും എന്നെ അവിശ്വാസികളുടെ കൂട്ടത്തിലാണോ കൂട്ടുന്നത് അതോ ഇനി വഴിതെറ്റിയ കുഞ്ഞാടായോ? ".. അവനല്പം നെടുവീർപ്പോടെ തിരക്കി.

" വിശ്വാസ സമൂഹം മുഴുവനും അങ്ങനെയാണ് മനസ്സിലാക്കിയിരിക്കുന്നത് ആരെയും കുറ്റം പറയാൻ പറ്റില്ല, തെളിവുകളെല്ലാം തനിക്ക് എതിരായിരുന്നു".

" എന്നാ ശരി അച്ചോ.., കുറെ യാത്ര ചെയ്യാനുണ്ട് " അലക്സ് വളരെ വിഷമത്തോടെ പുരോഹിതനോട് യാത്ര പറഞ്ഞ് ഇറങ്ങാൻ ഭാവിച്ചു.

സേവ്യറച്ചൻ അലക്സിൻ്റെ തോളിലായി കൈവച്ചു.

" ആതിര എന്നോടെല്ലാം പറഞ്ഞിരുന്നു. താനിനിയും ഇതിൻ്റെ പിന്നാലെ തൂങ്ങാതെ വീട്ടിലേക്ക് ചെല്ലാൻ നോക്ക്, പെങ്കൊച്ചൊന്ന് വളന്ന് വരികയാണ്. അവളുടെ ഭാവി എല്ലാം മനസ്സിലാക്കി വേണം."

" ഞാൻ കാരണം എൻ്റെ കൊച്ചിൻ്റെ ഭാവി നശിക്കില്ലച്ചോ, അവളുടെ ഭാവി നശിക്കാതിരിക്കാനെങ്കിലും എനിക്ക് എൻ്റെ നിരപരാധിത്വം തെളിയിച്ചേ പറ്റൂ.. ഈശോമിശിഹായ്ക്ക് സ്തുതിയായിരിക്കട്ടെ".

" ഇപ്പോഴും എപ്പോഴും സ്തുതിയായിരിക്കട്ടെ". അലക്സ് പുറത്തേക്ക് പോകാനായി തിരിഞ്ഞതും, പുരോഹിതൻ പിന്നിൽ നിന്നായി വിളിച്ച് പറഞ്ഞു.

" ആ പഴയ രൂപം തന്നാ തനിക്ക് ചേരുന്നത് ".

അലക്സ് ഒന്ന് ചിരിച്ചുക്കൊണ്ട് പുറത്തേക്ക് കടന്നു.

പള്ളിയിൽ നിന്നും അവൻ നേരെ ചെന്നെത്തുന്നത് ബാർബർ ഷോപ്പിലേക്കാണ്. മുടിയെല്ലാം വെട്ടി മിനുക്കിക്കൊണ്ട് ആകെ മൊത്തത്തിലൊന്ന് ക്ലീൻ ഷേവ് ചെയ്തു. വാഷ്ബേസിനിലായി മുഖവും കഴുകി, കണ്ണാടിക്ക് മുൻപാകെ ചെന്ന് നിന്ന അലക്സ് തൻ്റെ യഥാർത്ഥ രൂപം കണ്ടാസ്വദിച്ചു. മുടിവെട്ടുക്കാരന് പണം നൽകിയശേഷം അലക്സ് പുറത്തേക്ക് ഇറങ്ങി.

അവൻ ബാർബർ ഷോപ്പിൽ നിന്നും ഒറ്റപ്പെട്ടയാ വീട്ടിലേക്ക് സ്കൂട്ടറിൽ യാത്ര തിരിച്ചു. എന്നാൽ അവിചാരിതമായി പെയ്ത മഴയിൽ അവൻ സ്കൂട്ടർ വഴിയോരത്ത് ഒതുക്കി നിർത്തിയ ശേഷം

സമീപത്തായി കണ്ട വെയിറ്റിംഗ് ഷെഡ്ഡിലേക്ക് കയറി നിന്നു. പെട്ടെന്നാണ് അവിടേക്ക് കടന്ന് വന്ന ഗോവൻ രജിസ്ട്രേഷൻ കോണ്ടസ്സാ കാർ അലക്സിന്റെ ശ്രദ്ധയിൽ പെട്ടത്, അതവനെ അത്യന്തം ഭീതിയിലാഴ്ത്തി.

അവന്റെ മുഖത്തായി സംശയങ്ങൾ നിഴലിക്കുന്നുണ്ട്. വെയ്റ്റിംഗ് ഷെഡ്ഡിൽ നിന്ന് നൂറ് മീറ്റർ അകലെ മാറി വാഹനം നിന്നതും അലക്സിന് എതിർവശത്തായി നിന്നിരുന്ന ഫ്രാങ്കോ എന്ന പേരുകേട്ട കുറ്റവാളി കാറിൽ കടന്ന് പോയതും അവൻ ഗൗരവപൂർവ്വം തന്നെ വീക്ഷിച്ചു. മഴ ഗൗനിക്കാതെ അലക്സ് സ്കൂട്ടറിൽ അവരെ പിന്തുടർന്നു. അല്പ സമയത്തിനുശേഷം മെയിൻ റോഡിൽ നിന്ന് വിജനമായ പാതയിലേക്ക് കടന്ന കോണ്ടസ്സാ അതിവേഗം കുതിച്ചു. അലക്സിന് കാറിനെ പിന്തുടരാൻ തെല്ല് പ്രയാസം നേരിട്ടെങ്കിലും തന്റെ ഉദ്യമത്തിൽ നിന്ന് നിരാശയോടെ മടങ്ങാതെ അവനാ വാഹനത്തെ തിരഞ്ഞ് നടന്നു.

ദീർഘദൂരം നീണ്ട യാത്രക്കൊടുവിൽ ഒരു വനത്തിന് സമീപത്തായി നിർത്തിയിട്ട കുറേയേറെ വാഹനങ്ങൾ അലക്സിന്റെ ശ്രദ്ധയിൽപ്പെട്ടു. അവൻ സ്കൂട്ടർ ആരുടെയും ദൃഷ്ട്ടിയിൽ പെടാത്ത വിധം ഒരിടത്തേക്ക് മറച്ചുവെച്ച ശേഷം, അതിന് മുകളിലായി മരച്ചില്ലകൾ ഒടിച്ചിട്ടു. വിജനമായ ആ വനവശ്യതയിലൂടെ അലക്സ് ഭീതിയോടെ നടന്നു നീങ്ങി. അഗാധമായ ഉൾവനത്തിലേക്ക് കടന്ന അലക്സിന്റെ ദൃഷ്ടിയിൽ നാലു തൂണുകളിലായി കത്തി നിൽക്കുന്ന തീപ്പന്തം തെളിഞ്ഞ് വന്നു, സമീപത്തായി തകർന്നടിഞ്ഞൊരു കരിങ്കൽ കോട്ടയും. അലക്സ് തന്റെ ചുറ്റുപ്പാടും ഭീതിയോടെ ഒന്ന് വീക്ഷിച്ചു ഇല്ലാ ആരും തന്നെയില്ല. പുറത്തേക്ക് അലയടിച്ചുയരുന്ന ഹൃദയതാളങ്ങളുടെ ഏറ്റകുറച്ചിലുകളെ പാടെ അവഗണിച്ചുക്കൊണ്ട് അലക്സ് കോട്ടക്കുള്ളിലേക്ക് പ്രവേശിക്കാൻ ഒരുങ്ങി, എന്നാൽ അതിനുള്ളിലായി നടമാടുന്ന ഞെട്ടിക്കുന്ന കാഴ്ചയിൽ ഭയഭീതിയോടെ അവനൊരു നിമിഷം സ്തംഭിതനായി നിന്നു. സമൂഹത്തിന്റെ എല്ലാ മാന്യതയും ആസ്വദിക്കുന്നവർ ദുഷ്ട്ടമൂർത്തിയായ പിശാചിന് കീഴ്പ്പെട്ടിരിക്കുന്നു. ഡോക്റ്റേഴ്സ് രാഷ്ട്രീയക്കാർ ഫ്രാങ്കോ എല്ലാവരെയും ഒരുമിച്ച് കണ്ട അലക്സ് വലിയൊരു സത്യത്തിലേക്കാണ് എത്തിപ്പെട്ടത്. പെട്ടെന്നാണ് സാത്താൻ

സേവകരിൽ ഒരാളുടെ ഫോൺ ശബ്ദിച്ചത് , ബെല്ലുയർന്നതും അയാൾക്ക് മുൻപിലായി നിന്നിരുന്ന കറുത്ത ഗൗണണിഞ്ഞ വ്യക്തി ഗൗരവത്തോടെ പിന്നിലേക്കൊന്ന് തിരിഞ്ഞു നോക്കി. അത് പോലീസ് കമ്മീഷണർ ആയിരുന്നു, അയാളുടെ മുഖം കണ്ടതും അലക്സ് ഞെട്ടിത്തരിച്ചു പോയി. കാർമികത്വം വഹിക്കുന്ന ആളുടെ മുഖം വ്യക്തമല്ല. തലകീഴായ കുരിശുകൾ, എന്തിനേറെ ചവിട്ടിക്കയറുന്നത് വരെ വിശുദ്ധ ബൈബിളിൽ ആണ്. കർമികനൊപ്പം മറ്റുള്ളവർ ആരാധന ഏറ്റു ചൊല്ലുകയാണ്.

" Oh Mighty lord Satan, fill my soul with thy invincible power. Strengthen me, That I may preserve in my service and act as an agent of thy works and vessel of thy will. This I ask your name, almighty and ineffable Lord Satan who liveth and reigneth forevermore ave Satans. "

പൈശാചികാരാധനയ്ക്കുശേഷം ആളുകൾ പുറത്തേക്ക് കടക്കുമ്പോൾ അലക്സ് അവരുടെ ദൃഷ്ടിയിൽ പതിയാതെ ഒരു മരത്തിന്റെ മറവിലായി ഒളിഞ്ഞ് നിന്നു.

എല്ലാവരും പോയെന്ന് ഉറപ്പുവരുത്തിയ ശേഷം അവൻ കോട്ടക്കുള്ളിലേക്ക് കടന്നു. അതിഭയാനകമായ കാഴ്ചകളാണ് അവിടെയവനെ വരവേറ്റത്. അതെല്ലാം അലക്സിനെ അത്യന്തം ഭീതിയിലും, അസ്വസ്ഥതയിലേക്കും നയിച്ചു.

എല്ലാ അർത്ഥത്തിലും പൂർണമായ ദൈവനിന്ദ തന്നെയാണ് അതിനുള്ളിൽ നടമാടുന്നത്. അവൻ ശ്മശാനത്തിന് സമീപത്തേക്ക് ലക്ഷ്യംവെച്ചു. നിരവധി കല്ലറകൾ, അവിടെ കാണുന്ന കല്ലറകൾക്കിടയിലൂടെ അലക്സ് നടന്ന് നീങ്ങി.

പെട്ടെന്നാണ് തന്നെ ഭീതിയിലാഴ്ത്തുന്ന മറ്റൊരു സത്യം അവന്റെ ശ്രദ്ധയിൽ പെട്ടത് അത് മറ്റൊന്നുമല്ല നാൻസിയുടെ പേര് പതിച്ച കല്ലറയും കൂടാതെ ആർക്കൊക്കെയോ വേണ്ടി ഒഴിച്ചിടപ്പെട്ട ശൂന്യമായ കല്ലറകളും. അതെ മോഷ്ടിക്കപ്പെട്ട ഒട്ടുമിക്ക ശവശരീരങ്ങളും ഇവിടെ അടക്കം ചെയ്തിരിക്കുകയാണ്.

മറ്റെന്തോ ഉദ്ദേശം ഇതിനു പിന്നിലുണ്ട്. എന്തൊക്കെയാണ് ഇതിനു പിന്നിലെ ചുരുളഴിയാത്ത രഹസ്യമെന്ന് കണ്ടു പിടിക്കേണ്ടതുണ്ട്.

തലകീഴായ് കുരിശുകൾ കെട്ടിത്തൂക്കിയും ബൈബിളിൽ ചവിട്ടിയും സാത്താനെ ആരാധിച്ചും, കല്ലറകളിൽ നിന്ന് മോഷ്ടിക്കപ്പെട്ട ശവശരീരങ്ങൾ ഇവിടെ എന്തിന് കുഴിച്ചുമൂടണം.

കല്ലറകൾക്ക് മുൻപിലായി എഴുതിവെക്കപ്പെട്ട ബോർഡ് അലക്സിന്റെ ശ്രദ്ധയിൽപ്പെട്ടു.

"If you go against your religion then this land belongs to you."

അലക്സ് അവിടെ കണ്ട ദൃശ്യങ്ങൾ ഓരോന്നായി തന്റെ ഫോണിലേക്ക് പകർത്തി.

എന്നാൽ ഇതേ സന്ദർഭം അവിസ്മരണിയമായാണ് ആതിര ഒരു സ്വപ്നം കാണുന്നത്. അത് ഇങ്ങനെയാണ്....

കൂരാകൂരിരിട്ടിൽ ഏതോ ഒരു ശ്മശാനത്തിലൂടെ ടോർച്ചുമായി നടന്ന് നീങ്ങുകയാണ് അലക്സ്, അവൻ ഓരോ കല്ലറയും ലൈറ്റ് അടിച്ചു പരിശോധിക്കുന്നു. പലതും തുറക്കപ്പെട്ട നിലയിലാണ്. ദൂരെയായി അലക്സ് ഒരു കാഴ്ച കാണുന്നു... അതെ കുറെപ്പേർ ചേർന്ന് ഒരു കല്ലറ കുത്തിയിളക്കുകയാണ്. അവൻ ടോർച്ചുമായി അവിടേക്ക് കുതിച്ചു. പെട്ടെന്ന് തനിക്ക് പിന്നാലെയായി ഒരു ശബ്ദം കേട്ടതും അലക്സ് അവിടേക്ക് തിരിഞ്ഞുനോക്കി, അക്ഷരാർത്ഥത്തിൽ ആ കാഴ്ച കണ്ടവൻ സ്തംഭിതനായി. തനിക്ക് ചുറ്റിനുമായി പൈശാചിക രൂപം പൂണ്ട് നിൽക്കുന്ന കറുത്ത വേഷധാരികളായ ഒരുപറ്റമാളുകൾ, അവർ ശവപ്പെട്ടിയും തോളിലേന്തി അലക്സിനെ ചുറ്റി നൃത്തംവെയ്ക്കുന്നു.

ആതിര പെട്ടെന്ന് തന്നെ ഉറക്കത്തിൽ നിന്ന് ചാടി എഴുന്നേറ്റുക്കൊണ്ട് അല്പ സമയം കട്ടിലിൽ നിശബ്ദയായി അങ്ങനെയിരുന്നു, ശേഷം തൊട്ടടുത്തായുള്ള ടേബിൾ ലാംപ് ഓൺ ചെയ്തു. അവൾ ആകെമാനം വിയർത്തു കുളിച്ചിട്ടുണ്ട്. ടേബിളിലായുള്ള ജഗ്ഗിലെ വെള്ളം വെപ്രാളപ്പെട്ട് കുടിക്കുകയും തുടർന്ന് ഫോണെടുത്ത് അലക്സിനെ ആവർത്തിച്ച് കോൾ ചെയ്തു. എന്നാൽ അലക്സിന്റെ ഫോൺ സ്വിച്ച് ഓഫ് ആണ്, ആതിര ആകെ പരിഭ്രാന്തിയിലായി. കട്ടിലിൽ സുഖമായി ഉറങ്ങുന്ന സ്വന്തം കുഞ്ഞിനെ

ആതിര വേദനയോടെ ഒന്നു നോക്കി. കുറച്ചു നേരം കോൾ ട്രൈ ചെയ്തിട്ടും അലക്സിനെ കിട്ടാത്തതിലുള്ള നിരാശയോടെ ഫോൺ സൈഡിലെ ടേബിളിലേക്ക് വെയ്ക്കുന്നു,

ശേഷം അവൾ കട്ടിലിലായി അങ്ങനെ ചാരിയിരുന്നുക്കൊണ്ട് കുഞ്ഞിനെയൊന്ന് തലോടി ഉറങ്ങാതെയാ രാത്രി വെളുപ്പിച്ചു.

ഏകദേശം രാവിലെ പത്ത് മണിയോടെ ശരത്താ ഒറ്റപ്പെട്ട വീട്ടിലേക്ക് എത്തിച്ചേർന്നു. അവൻ കതകിലായി തട്ടിയതും അലക്സ് വാതിൽ തുറന്ന് പുറത്തേക്ക് വന്നു.

" എന്താ സാറേ... എഴുന്നേറ്റില്ലായിരുന്നോ"

അപ്പോഴാണ് ശരത് അലക്സിന്റെ മുഖമൊന്ന് ശ്രദ്ധിച്ചത്.

" ആളാകെയങ്ങ് മാറിപ്പോയല്ലോ".

" ഉറങ്ങിയെങ്കിൽ അല്ലേ എഴുന്നേക്കാൻ പറ്റൂ, രാവിലെ സ്വല്പം പാചകത്തിനിറങ്ങി "

അലക്സ് അതും പറഞ്ഞ് ശരത്തിനെ കൂട്ടി അകത്തേക്ക് കയറി.

" സാധനങ്ങൾ ഒക്കെ "

ശരത് ആകാംക്ഷയോടെ ചോദിച്ചു.

" പുറത്തൂന്ന് വാങ്ങി. താനിരി, ഒരു ചായ തരപ്പെടുത്താം "

അലക്സ് അടുക്കളയിലേക്ക് പ്രവേശിച്ചതും ശരത് തന്റെ ചുറ്റുപ്പാടുകളിലൂടെ ഒന്ന് കണ്ണോടിച്ചു ഫയലുകൾ മറ്റു പുസ്തകങ്ങൾ എല്ലാം നിലത്തായി ചിതറി കിടക്കുകയാണ് .

പെട്ടെന്ന് തന്നെ അലക്സ് ചായ തയ്യാറാക്കി പുറത്തേക്ക് കടന്ന് വരികയും അത് ശരത്തിനെ ഏൽപ്പിക്കുകയും ചെയ്തു.

" താൻ കുടിച്ചു നോക്ക്. ജയിലിലെ സ്റ്റൈലാ, ഇഷ്ടപ്പെടാൻ വഴിയില്ല".

" ആതിര എന്നെ വിളിച്ചിരുന്നു, പാവം കൊറേ കരഞ്ഞു..സാറെന്താ ഫോൺ വിളിച്ചാ എടുക്കാത്തേ".

അലക്സല്പം ഗൗരവത്തോടെ തറയിലായി കിടന്ന പത്രം കൈയിലെടുത്ത് അതിലേക്ക് ശ്രദ്ധച്ചെലുത്തിക്കൊണ്ട് മറുപടി പറഞ്ഞു.

" ഇനി വിളിച്ചാ താനവളോട്

വിഷമിക്കരുതെന്ന് പറയണം. എല്ലാമൊന്ന് തെളിയുന്നതുവരെ ഈയൊരു മാറ്റം അനിവാര്യമാണ്."

" സാറിനാരേലേം സംശയമുണ്ടോ? ".

" തനിക്ക് എന്നെ സംശയമുണ്ടോ.. ആൻ എക്സ്ട്രാ ഓർഡിനറി സൈക്കോ അങ്ങനെ എന്തേലും".

" അങ്ങനായിരുന്നെങ്കി എനിക്ക് ആദ്യമേ സംശയിക്കായിരുന്നല്ലോ. പിന്നെ ആൻ എക്സ്ട്രാ ഓർഡിനറി സൈക്കോ എന്നല്ല.... എക്സ്ട്രാ ഓർഡിനറി ബ്രില്യൻസ് എന്നതാണ് ശരി".

ശരത്തിന്റെ ഹ്യൂമർ കേട്ട് ചിരിച്ചുക്കൊണ്ട് അലക്സ് തുടർന്നു.

" അതൊക്കെ പോട്ടെ താൻ എനിക്കൊരു ഹെൽപ്പ് ചെയ്യണം, അന്നത്തെയാ സിസിടിവി വിഷ്വൽസ് ഒന്ന് സംഘടിപ്പിക്കണം. ഏതേലും ചാനലുമായി ബന്ധപ്പെട്ടാ മതി, കോപ്പി കാണാതിരിക്കില്ല."

" അത് സംഘടിപ്പിക്കാം".

ഇത്രയും പറഞ്ഞുക്കൊണ്ട് ശരത് പുറത്തേക്ക് ഇറങ്ങി, പിന്നാലെ അലക്സും. അവൻ ജീപ്പിലേക്ക് കടന്നപ്പോൾ മറുവശത്തായി നിന്നിരുന്ന അലക്സ് ശരത്തിനോടായി ചോദിച്ചു.

" ആട്ടെ... നമ്മുടെ ചായയെ പറ്റി ഒന്നും പറഞ്ഞില്ല".

" എന്തോ പറയാനാ സാറേ പെമ്പറന്നോത്തിയുടെ ഭാഗ്യം "

ഇരുവരും പരസ്പരം പൊട്ടിച്ചിരിച്ചു.

" ഓക്കേ സർ, ശരിയെന്നാ... ".

ശരത് ജീപ്പുമായി പുറപ്പെട്ടതും, അലക്സ് കൈ പാതിയുയർത്തിക്കൊണ്ട് യാത്രയയച്ചു.

ഉച്ചയോടടുക്കുന്ന നേരം, അലക്സ് സ്കൂട്ടർ വൃത്തിയാക്കുന്നതിനിടക്കാണ് ഫോൺ റിങ് ചെയ്യുന്നത്. അത് ശരത്താണ്.

" സാറെ ആ വിഷ്വല് അയച്ചിട്ടുണ്ട്."

" താങ്ക്സ് ".

അലക്സ് ഫോൺ കട്ട് ചെയ്തുക്കൊണ്ട് റൂമിലേക്കു കടന്നു, ശേഷം അവിടെ ഉണ്ടായിരുന്ന ലാപ് ഓണാക്കി മെയിൽ പരിശോധിക്കുകയാണ്.

ശരത്തയച്ച വീഡിയോ അലക്സ് റിപ്പീറ്റ് ചെയ്യ്ത് കണ്ടുക്കൊണ്ടിരിക്കുകയാണ്, അല്പ നേരത്തെ

അവലോകനത്തിനുശേഷം പതിയെ കസേരയിലേക്ക് ചാരി അങ്ങനെ കിടന്നു. പെട്ടെന്നേശിയൊരു വെള്ളിടി കണക്കെ അവൻ വീഡിയോ ഓഫ് ആക്കിക്കൊണ്ട് ഗൂഗളിലെന്തോ സെർച്ച് ചെയ്യുവാൻ ആരംഭിച്ചു.

How to change the face of one person to another one, ' By using plastic surgery or by using a mask '. എന്ന കണ്ടന്റ് സ്ക്രീനിലായി എഴുതി വരുമ്പോൾ തന്നെ അലക്സാ വീഡിയോ ആവർത്തിച്ച് സൂം ചെയ്തു നോക്കി. അതെ, മാസ്ക് തന്നെയാണ്. ഒരു ചെറിയ ഗ്യാപ്പിന്റ വ്യത്യാസം തെളിഞ്ഞ് കണ്ടയുടനെ അലക്സ് കാര്യം മനസ്സിലാക്കി. അവൻ കസേരയിൽ നിന്ന് എഴുന്നേറ്റ് ജനലഴികളിലൂടെ വിദൂരതയിലേക്ക് നോക്കി അല്പ സമയമങ്ങനെ ആലോചിച്ച് നിന്നു. ഇതൊന്ന് പങ്കുവെയ്ക്കുന്നതിനായി തനിക്ക് സാമിപ്യം ആരും തന്നെയില്ല, ഒറ്റപ്പെട്ടയാ വീട്ടിൽ ചിന്താകുലനായി അലക്സ് സദാചലിച്ചു.

17

ചൂടിന്റെ അതികാഠിന്യത്തെപ്പോലും അവഗണിച്ചുക്കൊണ്ട് നട്ടുച്ച നേരത്ത് അലക്സ് ടൗണിലേക്ക് യാത്ര തിരിച്ചു. സ്കൂട്ടർ നേരെ ചെന്ന് നിന്നത് അവിടെയുള്ള മാർട്ടിന്റെ പോർക്ക് ഷോപ്പിന് എതിർവശത്തായിട്ടാണ്. അലക്സിനെ കണ്ടതും.

" എടാ ജോണേ, ഇതൊന്ന് എടുത്തു കൊടുത്തേ ".

സഹായിയെ കച്ചവടം ഏൽപ്പിച്ച ശേഷം മാർട്ടിൻ നേരെ റോഡ് ക്രോസ് ചെയ്ത് അലക്സിനടുത്തേക്ക് എത്തി.

" എന്താ സാറേ "...

" താനെന്ന റിലീസായത് ".

" സാറ് പോയിട്ട് നാലാം ദിവസം..എന്താ സാറേ ".

" തനിക്കാ ഫ്രാങ്കോയെ അറിയാമോ"?.

മാർട്ടിൻ തന്റെ ചുറ്റുപാടും ഒന്ന് വീക്ഷിച്ചു, ശേഷം രഹസ്യമായി അലക്സിനോട് ചോദിച്ചു.

" ആര് സാത്താൻ ഫ്രാങ്കോയോ.. എന്താ സാറേ കാര്യം ".

" അവനെയൊന്ന് പൊക്കണമല്ലോ".

അലക്സിന്റെ മറുപടിക്കേട്ട മാർട്ടിൻ ഒന്ന് പരിഭ്രമിച്ചു.

" അത് റിസ്ക സാറേ, അവന്റെ ഏരിയയിലോട്ടേ നമ്മള് പോകാറില്ല".

" താനെ സ്പോട്ട് ഒന്ന് കാണിച്ച മതി ".

അലക്സ് താഴ്മയോടെ ചോദിച്ചു.

" നമക്ക് പണിയാകുമോ സാറേ..., കൊച്ചുക്കുട്ടി പരാധീനം ഒക്കെയുള്ളതാ ".

മാർട്ടിന്റെ പരിഭ്രമം കണ്ട് അലക്സ് ആത്മവിശ്വാസത്തോടെ പറഞ്ഞു.

"പേടിക്കണ്ടടോ....ഇതിന്റെ പിന്നി താനാന്ന് ആരും അറിയില്ല."

ശേഷം, അലക്സ് ഷർട്ടിന്റെ പോക്കറ്റിൽ നിന്നും ഒരു പേപ്പർ എടുത്ത് തന്റെ ഫോൺ നമ്പരെഴുതി മാർട്ടിനെ ഏൽപ്പിച്ചു.

" എന്തേലുമുണ്ടേ.. വിളിച്ചാ മതി ".

മറുത്തൊന്നും കേൾക്കാൻ നിൽക്കാതെ അലക്സ് പെട്ടെന്ന് തന്നെ സ്കൂട്ടറും എടുത്ത് അവിടെ നിന്നും പോയി.

മാർട്ടിൻ നേരെ റോഡ് ക്രോസ് ചെയ്ത് കടയിലേക്ക് കയറി.

" ആരാ മാർട്ടിൻ ഭായ് ജയിൽ ഫ്രണ്ട്സ് ആകും ".

മാർട്ടിനെ നോക്കി അലപ്പം പരിഹാസത്തോടെ ജോൺ പറഞ്ഞു.

" അല്ലടാ.. നിന്റെ അമ്മേടേ നായര് ".

മാർട്ടിന്റെ മറുപടി കേട്ട് ജോണിന്റെ മുഖഭാവം ഒന്ന് മാറി, അയാളോടുള്ള ദേഷ്യത്തിന് അവനാ ഇറച്ചിയിലേക്ക് ഒന്ന് ആഞ്ഞു വെട്ടി.

" ചുമ്മാതല്ലാ താൻ ജയിലിൽ കിടന്നേ ".. ജോൺ പതുങ്ങിയ സ്വരത്തിൽ പറഞ്ഞു.

" എന്തേ.., നീ വല്ലോം പറഞ്ഞോ ".

" ഏയ്"..

" ഹാ, മര്യാദക്ക് പണിയെടുക്കടാ ".

അലക്സ് അവിടെ നിന്നും നേരെ ചെന്നെത്തുന്നത് നഗരത്തിന്റേതായ തിരക്കുകളൊഴിഞ്ഞ ഒരു പ്രാന്തപ്രദേശത്തേക്കാണ്.അവനൊരു മാടക്കടക്ക് മുൻപിലായി സ്കൂട്ടർ നിർത്തിയ ശേഷം, കടക്കാരനോട് ചോദിച്ചു.

" എസ് ഐ ജോർജിന്റെ വീട്? "

" നേരെ ചെന്ന് രണ്ടാമത്തെ വീട്."

അയാൾ ചൂണ്ടിക്കാണിച്ച വീട്ടിലേക്ക് അലക്സ് കടന്ന് പോകവേ, അവിടെയുള്ള മറ്റൊരാളോടായി കടക്കാരൻ ചോദിച്ചു.

" ആരാ ജോസെ... ജോർജിനെ തെരക്കിയൊരു വരത്തൻ".

" അയാളെ തെരക്കിയാര് വരാനാ.... ഇതാ പെറപ്പ് ചെക്കനെ തപ്പി വന്നതാവും ".

" ആരെങ്കിലും ആകട്ടെ ".

അലക്സ് നേരെ ജോർജിന്റെ വീടിനു മുൻപിലായി സ്കൂട്ടർ നിർത്തിയ ശേഷം ചുറ്റുപാടും ഒന്ന് വീക്ഷിച്ചുക്കൊണ്ട് കതകിൽ തട്ടി.

സെലീന,.ജോർജിന്റെ മകളായിരുന്നു വാതിൽ തുറന്നത്.

" ആരാ എന്തുവേണം? "

" എസ് ഐ ജോർജിന്റെ വീടല്ലേ "?...

" അതെ...നിങ്ങളാരാ "?.

" അലക്സ് വന്നെന്ന് പറഞ്ഞാ മതി, സാറിനറിയാം ".

" ചാച്ചനിവിടില്ലാ ജോലിക്ക് പോയേക്കുവാ ".

" എവിടെ"?

അലക്സ് ആകാംക്ഷയോടെ ചോദിച്ചു.

" ഏഷ്യൻ അപ്പാർട്ട്മെന്റിലെ സെക്യൂരിറ്റിയാ...,ചാച്ചൻ വരുമ്പോ ഞാൻ പറയാം".

" ആ ശരി".

സെലീനയുടെ വാക്കുകളിൽ അലക്സിന് അത്യന്തം വിഷമം തോന്നി.

ഒരു എസ് ഐ വെറും സെക്യൂരിറ്റിയായി കഴിയുന്ന അവസ്ഥ ,അവനത് സങ്കൽപ്പിക്കാൻ കഴിഞ്ഞിരുന്നില്ല. അലക്സ് വളരെ പ്രയാസത്തോടെ അവിടെ നിന്നും ഏഷ്യൻ അപ്പാർട്ട്മെന്റിനെ ലക്ഷ്യംവെച്ച് നീങ്ങി.

അലക്സ് ഏഷ്യൻ അപ്പാർട്ട്മെന്റിലേക്ക് എത്തിച്ചേർന്നു. പ്രവേശന കവാടത്തിലായി സെക്യൂരിറ്റി യൂണിഫോമിൽ നിൽക്കുന്ന ജോർജിനെ കണ്ടപാടെ അലക്സ് തിരിച്ചറിഞ്ഞു. എന്നാൽ വാർദ്ധക്യ സഹജമായ പോരായ്മകൾ കൊണ്ടാകാം ജോർജിന് ഒറ്റനോട്ടത്തിൽ അവനെ അങ്ങോട്ട് വ്യക്തമായില്ല. അവൻ സ്കൂട്ടർ സെന്റർ സ്റ്റാൻഡിൽ വെച്ചതിനുശേഷം ജോർജിനടുത്തേക്ക് നടന്നു നീങ്ങി.

അലക്സ് നേരെ ജോർജിന് മുന്നിലേക്ക് കടന്നുച്ചെന്നു. ജോർജ് ഒരു നിമിഷം സ്തംഭിച്ചു പോയി, അയാൾക്കത് തീർത്തും അപ്രതീക്ഷിതമായ ഒരു കൂടിക്കാഴ്ചയായിരുന്നു.

" സാറിന് എന്നെ ഓർമ്മയുണ്ടോ? ".

അലക്സിന്റെ ചോദ്യം കേട്ടയുടൻ ജോർജ് ആശ്ചര്യത്തോടെ ചോദിച്ചു.

" താനെന്നാ റിലീസ്സായത് ".

" ഒരാഴ്ചയായി.., സാറിനെ ഒരുപാട് അന്വേഷിച്ചു".

" ആട്ടെ...,ഞാനിവിടുണ്ടെന്ന് ആര് പറഞ്ഞു".?.

" സാറിന്റെ വീട്ടി പോയിരുന്നു, എന്താ സാറേ..ഇപ്പോ ഇങ്ങനെ ഒരു വേഷം?."

അലക്സ് ജിക്ജ്ഞാസയോടെ ചോദിച്ചു.

" അതൊക്കേ ഒരുപാട് പറയാനുണ്ട്. തനിക്കെന്താ അന്ന് പറ്റിയത്, അതിലെന്തേലും സത്യമുണ്ടോ?."

" ഇനിയിപ്പോ അല്ലെന്ന് പറഞ്ഞിട്ട് കാര്യമില്ലല്ലോ, ഒരുപാട് അനുഭവിച്ചു ".. വൈഷമ്യത്തോടെ അവൻ മറുപടി പറഞ്ഞു.

" വന്നൊന്ന് കാണണമെന്നുണ്ടായിരുന്നു, അതിന് കഴിഞ്ഞില്ലാ. സത്യത്തി അന്നെന്താ സംഭവിച്ചത്?. "

" അറിയില്ല.., ഞാൻ അന്നവിടെ പോയത് സാറിനല്ലാതെ മറ്റാർക്കെങ്കിലും അറിയാരുന്നോ?. "

തെല്ല് സംശയാസ്പദമായി അലക്സ് ചോദിച്ചു.

" അത്"...

ജോർജ് ഒന്നാലോചനയിൽ മുഴുകി,ശേഷം പെട്ടെന്ന് ഓർത്തെടുത്തുക്കൊണ്ട് പറഞ്ഞു.

"അതെ, കമ്മീഷണർക്ക് അറിയായിരുന്നു ".

അലക്സ് ആകാംക്ഷയോടെ ചോദിച്ചു.

" എങ്ങനെ"?.

" താൻ പോയി ഒരു മണിക്കൂർ കഴിഞ്ഞ് കമ്മീഷണറ് എന്നെ വിളിപ്പിച്ചു. കേസന്വേഷണത്തെപ്പറ്റി കുറെ ഫയർ ചെയ്തപ്പോ.... ഞാൻ പറഞ്ഞു.. എന്താ അലക്സേ എന്തേലും".

നിഗമനങ്ങൾ ഏറെക്കുറെ ശരിയായെന്ന രീതിയിൽ അലക്സ് തന്റെ ചിന്താ തലങ്ങളിലേക്ക് വ്യതിചലിക്കുമ്പോൾ ജോർജ് വീണ്ടും തുടർന്നു.

" എന്താ അലക്സ് എന്തേലും?.. "

"ഏയ്... ഒന്നുമില്ല സാറേ, വെറുതെ തെരക്കിയെന്നേയുള്ളു. പിന്നീട് സമാനമായ രീതിയിൽ ഏതേലും കേസ് റഫർ ചെയ്തതായി ഓർമ്മയുണ്ടോ?".

"ആ...ഒന്ന് രണ്ടെണ്ണം. പക്ഷേ ആരെയും ഇതുവരെ കണ്ടെത്താൻ കഴിഞ്ഞിട്ടില്ല. പതിവ് പല്ലവി പോലെ വലിയ റാക്കറ്റിന്റെ തേരോട്ടം

എന്ന നിലയിൽ പോലീസും മാധ്യമവും അന്നത് എഴുതിത്തള്ളി. അല്ലേലിപ്പോ ഏത് സെൻസേഷണൽ ന്യൂസാടോ ഒരാഴ്ച്ചേ കൂടുതൽ കേരളത്തി താണ്ടിട്ടുള്ളത് ".

പോലീസ് സംവിധാനങ്ങളിന്മേലുള്ള ജോർജിന്റെ പരിഹാസ ശരങ്ങൾ കേട്ട്, സർവ്വവും നഷ്ട്ടമായത് തനിക്കും തന്റെ കുടുംബത്തിനും മാത്രം എന്ന് മനസ്സിൽ പഴിച്ചുകൊണ്ട് അലക്സ് പറഞ്ഞു.

" അപ്പോൾ ശരി സാറേ കാണാം ".

" താൻ ഇടക്ക് വീട്ടിലേക്ക് ഇറങ്ങ്."

ഒരു ചിരി പാസ്സാക്കിയ ശേഷം അലക്സ് അവിടെ നിന്നും യാത്ര തിരിച്ചു.

സന്ധ്യയേറി വരുമ്പോഴേക്കും അലക്സാ ഒറ്റപ്പെട്ട വീട്ടിലേക്ക് അടുത്തുക്കൊണ്ടിരുന്നു. അല്പമകലെ നിന്നുതന്നേ മുറ്റത്തായി നിലകൊണ്ട വൈറ്റ് മാരുതി കാർ അവന്റെ ദൃഷ്ട്ടിയിൽ പതിഞ്ഞു. അത് ആതിരയാണെന്ന് മനസ്സിലാക്കിയ അലക്സ് ധൃതിയിൽ വീടിനകത്തേക് കയറി കതകടച്ചു, പുറത്ത് നിൽക്കുന്ന ആതിരയെ താൻ കണ്ടില്ല എന്ന മട്ടിൽ തന്നേ. എന്നാൽ ആതിരയാകട്ടെ കതകിൽ മുട്ടി കരയുകയാണ്. ഇന്നലത്തെയാ ദുഃസ്വപ്നം അവളെ വല്ലാതെ ഭയപ്പെടുത്തിയിരിക്കുന്നു.

" ഇച്ചായാ... ഇച്ചായാനെന്താ പറ്റിയത്? ആരിന്നാ ഈ ഒളിച്ചോടുന്നത്. "

" ഞാൻ പറഞ്ഞതല്ലേ എല്ലാം".

" ഇന്നലെ മോടെ ബർത്ത്ഡേ ആയിരുന്നു. ഇച്ചായൻ വരുമെന്ന് കരുതി ഒരുപാട് കാത്തിരുന്നു. ഇച്ചായന് അറിയുമോ നേരെ ചൊവ്വേ ഒന്നുറങ്ങിയിട്ട് എത്ര നാളായെന്ന് ".

അലക്സിന് പറയാൻ മറുപടികളില്ല , നിശബ്ദനായി നിലക്കൊള്ളുന്ന അവന്റെ മാനസികാവസ്ഥ വാക്കുകൾക്കതീതമാണ്. ജനിച്ചിട്ടിതുവരെ സ്വന്തം കുഞ്ഞിനെയൊന്ന് താലോലിക്കാൻ അവന് കഴിഞ്ഞിട്ടില്ല. ഒരു പ്രതിജ്ഞയിൽ എന്ന പോലെ യഥാർത്ഥ കുറ്റവാളിയെ കണ്ടെത്തിയിട്ടേ തനിക്കൊരു സന്തോഷമുള്ളൂ എന്ന ദൃഢ നിശ്ചയത്തിലാണവൻ.

അലക്സിന്റ മൗനം ആതിരയെ വളരെയധികം നൊമ്പരപ്പെടുത്തി.അവനിപ്പോ പഴയ അലക്സേയല്ല, തന്നിൽ നിന്നും ഒരുപാട് അടർന്നിരിക്കുന്നു എന്ന തോന്നലിൽ ആതിര പറഞ്ഞു.

" ഞാനിറങ്ങിയേക്കുവാ ഇതിന്റെ പേരിലിനി ശരത്തിനോട് ചൂടാവണ്ട... ഒരുപാട് നിർബന്ധിച്ചോണ്ട് പറഞ്ഞു ".

" ആതിര "...

അലക്സിനാകട്ടെ ആതിരയെ വിട്ടു പിരിയാനും, എന്നാൽ തന്നോടൊന്ന് ചേർത്ത് നിർത്തുവാനും കഴിയാത്ത മാനസികാവസ്ഥയിലാണ്. അവൻ പെട്ടെന്ന് തന്നെ വാതിൽ തുറന്ന് തന്റെ സ്നേഹം അവളൊന്നു തിരിച്ചറിയുന്നതിന് വേണ്ടി പുറത്തേക്ക് കടന്ന ആതിരയെ വിളിച്ചു. ആതിര പിന്നിലേക്ക് തിരിഞ്ഞു നോക്കിയതും ഇരുവരുടെയും മിഴികൾ ഈറനണിഞ്ഞു. അലക്സ് അവളെ തന്നിലേക്ക് ചേർത്ത് ആശ്വസിപ്പിച്ചു.

" ഞാൻ വരും....നമ്മടെ മോൾടൊപ്പം ജീവിക്കുകയും ചെയ്യും. എനിക്ക് ചിലതൂടെ ചെയ്ത് തീർക്കേണ്ടതുണ്ട് ".

" ഇച്ചായന് വല്ലോം സംഭവിച്ച പിന്നേ ഞങ്ങക്ക് ആരാ ഉള്ളത്".

" ഒന്നും സംഭവിക്കില്ല. ഇച്ചായൻ വരും, നീ വേണം വല്യമ്മച്ചിക്ക് ധൈര്യം കൊടുക്കാൻ.

അലക്സ് അവളെ കാറിൽ കയറ്റി യാത്രയയച്ചു. അല്പ നേരം വിദൂരതയിലേക്ക് നോക്കി നിന്ന അവന്റെ കണ്ണുകൾ നിറഞ്ഞു, ഒപ്പം തന്റെ പഴയകാല ഓർമ്മകളിലൂടെ മെല്ലെയൊന്ന് നടന്ന് നീങ്ങി.

മൂന്ന് വർഷങ്ങൾക്കു മുൻപ് അന്നൊരു പ്രഭാതത്തിൽ, അലക്സ് തന്റെ ബുള്ളെറ്റിൽ ഓർഫനേജിലേക്ക് എത്തിയപ്പോഴാണ് മനോഹരമായ ഒരു ക്രിസ്തീയ ഗാനം കേൾക്കുന്നത്. ആ ശബ്ദം എവിടെ നിന്നാണെന്നവൻ ശ്രദ്ധിച്ചു, അതിന് കാരണക്കാരി ആതിരയാണെന്ന് കണ്ടെത്തുന്നതുവരെ.

അവളുടെ സ്വരമാധുര്യത്തിലായി ലയിച്ച് ചേർന്ന അലക്സിന് സമീപത്തേക്ക് ഒരു വൈദികൻ കടന്ന് വന്നു.

" തന്നെ ഫാദർ വിളിക്കുന്നു".

"ആ"...

അവൻ ജനലഴികൾക്കിടയിലൂടെ ആതിരയെ തന്നെ വീക്ഷിച്ചുക്കൊണ്ട് ഫാദറിന്റെ റൂമിലേക്ക് പ്രവേശിച്ചു.

അലക്സിന്റെ ഈ പ്രവർത്തികൾ ഫാദർ മുന്നമേ ശ്രദ്ധിക്കുന്നുണ്ടായിരുന്നു എന്നാൽ അലക്സാകട്ടെ ഇതൊന്നും അറിയാതെ പുരോഹിതന് മുൻപാകെയുള്ള കസേരയിലേക്ക് നിലയുറപ്പിച്ചു.

" എന്താടോ പാട്ട് ഇഷ്ടപ്പെട്ടോ "...

"ഉം... ആ പാടിയ കുട്ടി ഏതാ അച്ചോ."...

" ഓർഫനേജിലെ കൊച്ചാ.. സഭക്ക് ആദ്യം കിട്ടിയത് അവളെയാ, ആതിര ".

അലക്സ് പോക്കറ്റിൽ നിന്നും ഒരു പേപ്പർ കെട്ടെടുത്ത് പുരോഹിതനെ ഏൽപ്പിച്ചു.

" എന്തേലും അത്യാവശ്യം ഉണ്ടേ, ജോസിനെ അറിയിച്ചാ മതിയെന്ന് വല്യമ്മച്ചി പറഞ്ഞു ".

"അങ്ങനായിക്കോട്ടെ, തന്റെ വല്യമ്മച്ചിയാടോ ഈ പ്രസ്ഥാനത്തിന്റെ ഒക്കെ നിലനിൽപ്പ് തന്നേ. പിന്നെ തന്റെ സെലക്ഷന്റെ കാര്യമെന്തായി".

" ഞാൻ എപ്പോഴേ റെഡി, ആ ലെറ്ററൊന്ന് കിട്ടേണ്ട താമസം ജോയിൻ ചെയ്യാം ".

" ചെലവൊക്കേ ഉണ്ട് കേട്ടോ".

"ശരി അച്ചോ... എന്നാ ഞാൻ ഇറങ്ങിയേക്കുവാ".

" എടോ ഒരു കാര്യം പറയാൻ മറന്നു, എനിക്കി വർഷം ട്രാൻസ്ഫറാണ് ". പോകാനായി എഴുന്നേറ്റ അലക്സ് അവിടെ തന്നെ വീണ്ടും ഇരുന്നുക്കൊണ്ട് ചോദിച്ചു.

" എവിടേക്കാണെന്ന് വല്ലോം "....

" ഇത്തവണ ഡൽഹിക്കാകാനാ സാധ്യത... താനെന്തായാലും വല്യമ്മച്ചിയോടൊന്ന് പറഞ്ഞേര് ". അലക്സ് വീണ്ടും എഴുന്നേറ്റു.

"എന്നാ ശരി അച്ചോ "

അലക്സ് ഫാദറിന്റെ റൂമിൽ നിന്നും പുറത്തേക്ക് ഇറങ്ങി ഓർഫനേജ് വരാന്തയിലൂടെ നടന്ന് പോകുന്ന സമയം എതിർ ദിശയിലായി കടന്ന് വരുന്ന ആതിരയെ അവൻ ഇറുക്കണ്ണിട്ടൊന്ന് നോക്കി, അവൾ അലക്സിനെയും. അവർ പരസ്പരം ചിരിച്ചു , ഇതായിരുന്നു ആ അനശ്വര സല്ലാപത്തിന്റെ ആദ്യ കൂടിക്കാഴ്ച.

ഓർഫനേജ് വരാന്തയിൽ നിന്ന് പുറത്തേക്കിറങ്ങിയ അലക്സ് ബുള്ളെറ്റിന്റെ പ്രകമ്പനമുയർത്തി കടന്ന് പോയി.

പാരമ്പര്യ പ്രൗഢി വിളിച്ചോതുന്ന തന്റെ തറവാട്ട് വീട്ടിലേക്ക് അലക്സ് ബൈക്കിൽ എത്തിച്ചേർന്നതും, കാര്യസ്ഥൻ കുടയും ചൂടി മുറ്റത്തേക്ക് കടന്നു.

" കുഞ്ഞച്ചായോ... വല്യമ്മച്ചി എന്തിയെ? "

" കുഞ്ഞിനോട് ഞാനപ്പഴേ പറഞ്ഞതാ... ഞാൻ പൊയ്ക്കോളാമെന്ന്. ചെല്ല് ഇപ്പൊ കിട്ടും".

' അവര് വന്നിട്ട് പോയോ"?.

"പിന്നല്ലാതെ.... അവർക്കുമൊരു നെലയും വെലയുമില്ലേ. ഇതിപ്പോ എത്ര നേരമെന്ന് വെച്ചാ."

"ആട്ടെ കൊച്ച് എങ്ങനൊണ്ട്, കൊള്ളാമോ?".

" നല്ല സുന്ദരി കുട്ടി, ലേശം പരിഷ്ക്കാരി ആണെന്ന് തോന്നി ".

"എന്നാപ്പിന്നേ കുഞ്ഞച്ചായനങ്ങ് കെട്ടിക്കോ, മേരിക്കൊച്ചിനോട് നമുക്ക് സംസാരിക്കാം ".

അലക്സിന്റെ മറുപടി കേട്ടുക്കൊണ്ട് കാര്യസ്ഥൻ ചെറുപ്പുഞ്ചിരിയോടെ പുറത്തേക്ക് പോയി. അകത്തേക്ക് കടന്ന അലക്സ് മുറിക്കുള്ളിലായി വല്യമ്മച്ചിയെ അന്വേഷിച്ചുക്കൊണ്ടിരിക്കുകയാണ്. വല്യമ്മച്ചിയാകട്ടെ അടുക്കളയിൽ പിടിപ്പത് പാചകത്തിലും.

" വല്യമ്മച്ചിയെ.... കൂയ്... വല്യമ്മച്ചിയെ "...

" എവിടെപ്പോയി കിടക്കുവാരുന്നടാ, കുരുത്തം കെട്ടവനെ, ഒന്ന് പിടിച്ചങ്ങ് കെട്ടിക്കാന്നുവെച്ചാ...അപ്പൊ മുങ്ങി കളയും".

" ഞാൻ വല്യമ്മച്ചിയോട് പറഞ്ഞതല്ലേ, എനിക്കിപ്പോഴേ വേണ്ടാന്ന് ".

"ഇനിയിപ്പോ മൂക്കി പല്ല് കിളിച്ചിട്ടായിരിക്കും. എനിക്കാണേ വയസ്സായി വരുവാന്നാ വല്ല വിചാരവും നിനക്കുണ്ടോ".

" ആരാ പറഞ്ഞേ... എന്റെ വല്യമ്മച്ചി ചുള്ളത്തി അല്ലിയോ ".

"നീ പൊയ്ക്കോണം എന്റെ കൈവാക്കിനുന്ന്."

" അച്ചന് ഈ വർഷം ട്രാൻസ്ഫർ കാണുമെന്ന് പറഞ്ഞു ".

"ആണോ...,എന്നാപ്പിന്നേ അതിന് മുമ്പേ നിന്റെ കല്യാണം നടത്തണം ".

" ശരിക്കും, എന്നാ നടത്തിക്കോ ".

വല്യമ്മച്ചി പൊള്ളിച്ചെടുത്ത പപ്പടങ്ങളിൽ നിന്നും ഒരെണ്ണമെടുത്ത് മെല്ലെ ഒരു കടി കടിച്ചുക്കൊണ്ട് അലക്സ് പറഞ്ഞു.

" വല്ല പെമ്പിള്ളാരും മനസ്സി കേറീട്ടുണ്ടേ വളച്ചു കെട്ടാതെ പറയടാ ".

വല്യമ്മച്ചി അവനുള്ള ഭക്ഷണം ഓരോന്നായി പാത്രത്തിൽ വിളമ്പിക്കൊണ്ട് ചോദിച്ചു.

അവൻ ഒരു ഗ്ലാസ് വെള്ളം കുടിച്ചുക്കൊണ്ട് പറഞ്ഞു.

" ഒരു കുട്ടിയുണ്ട് വലിയമ്മച്ചിക്ക് അറിയാം എന്നോട് ദേഷ്യപ്പെടല്ല്, എനിക്കിഷ്ടമായി ".

" ഇല്ലെടാ... നീ പറ ഞാനൊന്ന് കേക്കട്ടെ ".

"ഓർഫനേജിൽ പാട്ടൊക്കെ പാടുന്ന ഒരു കുട്ടിയില്ലേ ".

"ആര് ആതിരയോ ".

"ഓ... അങ്ങിനെ ആരുന്നോ പേര്, പേരൊന്നും എനിക്കറിയത്തില്ല ഞാനാ കൊച്ചിന്റെ പാട്ട് ഇടയ്ക്കൊക്കെ കേട്ടിട്ടുണ്ട്, ഇതുവരെ പരിചയപ്പെട്ടിട്ടില്ല. ഇന്നാണ് മുഖത്തോട് മുഖമൊന്ന് കണ്ടത് തന്നെ. "

" എന്റെ അലക്സേ വല്യമ്മച്ചിയോട് വേണോ നിന്റെയീ ഉരുണ്ട് കളി ".

"എന്റെ പൊന്നമ്മച്ചിയല്ലേ ഒന്നാലോചിക്ക്".

അലക്സ് ഇതും പറഞ്ഞുക്കൊണ്ട് വേഗം അടുക്കളയിൽ നിന്നും പുറത്തേക്കിറങ്ങി.

" കള്ള തെമ്മാടി "..വല്യമ്മച്ചി പിറുപ്പിറുത്തുക്കൊണ്ട് ഭക്ഷണവുമായി ഡൈനിങ് ടേബിളിന് സമീപത്തേക്ക് നീങ്ങി.

പെട്ടെന്ന് തന്നെ അലക്സ് തന്റെ ഓർമ്മകളിൽ നിന്നും ഞെട്ടിയുണർന്നു. ഉച്ചത്തിൽ മുഴങ്ങിയ ഫോണിന്റെ ബെല്ലടി ശബ്ദമായിരുന്നു ആ തിരിച്ചു വരവിന് കാരണം. അത് മാർട്ടിൻ ആയിരുന്നു.

" സാറേ... മാർട്ടിനാ.. ഫ്രാങ്കോ സ്കെച്ച് ആയിട്ടുണ്ട്".

അലക്സ് പെട്ടെന്ന് തന്നെ വീടിനുള്ളിലേക്ക് കടന്ന് ഡ്രോയിലായി സൂക്ഷിച്ചിരുന്ന തോക്കെടുത്ത് അരയിൽ തിരുകിയശേഷം കതകടച്ച് വീടിന് പുറത്തേക്ക് ഇറങ്ങി.

ഇടുതുവശത്ത് പോർച്ചിലായി കിടന്നിരുന്ന സ്കൂട്ടർ സ്റ്റാർട്ട് ചെയ്തുക്കൊണ്ട് അവൻ അതിവേഗം പുറത്തേക്ക് പാഞ്ഞു.

ഇതേ സന്ദർഭം ശരത്തും മാർട്ടിനും ജീപ്പുമായി അലക്സിനെ കാത്തുക്കൊണ്ട് വിജനമായ ഒരു പാതയിൽ നിൽക്കുകയാണ്. അലക്സ് പെട്ടെന്ന് തന്നെ അവിടേക്ക് എത്തിച്ചേരുകയും സ്കൂട്ടർ വഴിവക്കിലായി ഉപേക്ഷിച്ചതിനുശേഷം ജീപ്പിലേക്ക് പ്രവേശിച്ചു. തുടർന്നുള്ള യാത്രയിൽ അങ്ങ് ദൂരെ ഒരു കായലിന് സമീപത്തായി അവർ എത്തപ്പെട്ടു.

" സാറേ... അവന്മാരാ തുരത്തി കാണും, സൂക്ഷിക്കണം. "

മാർട്ടിൻ തനിക്കുള്ളിലെ ഭീതിയോടെ പറഞ്ഞു.

" താനെന്ന വിട്ടോ ".

മാർട്ടിന് ഒരു കുടുംബമുണ്ട് പോരാത്തതിനിപ്പോ നല്ല നടപ്പും. അതുക്കൊണ്ട് തന്നെ അവനുളിലെ ഭീതിയുൾക്കൊണ്ട അലക്സ് മാർട്ടിനോടായി പറഞ്ഞു.

മാർട്ടിൻ തൊട്ടുപിന്നാലെ വന്ന ഒരു ബൈക്കിൽ അവിടെ നിന്നും കടന്ന് പോയി.അലക്സും ശരത്തും സമീപത്തായുണ്ടായിരുന്ന വള്ളം തുഴഞ്ഞുക്കൊണ്ട് തുരുത്തിലേക്ക് യാത്ര തിരിച്ചു.വിചാരിച്ചതിലും വേഗത്തിൽ തന്നെ അവരിരുവരും ഫ്രാങ്കോക്കും കൂട്ടർക്കും മുൻപിലായി എത്തിപ്പറ്റി.

"എന്താ സാറേ... വഴിതെറ്റി വന്നാന്നോ".

"കാട് കേറി വന്നതെന്തായാലും പ്രാർത്ഥിച്ചിട്ട് പോകാനല്ലാ".

" എന്നാ സാറുന്മാര് ചെല്ലാൻ നോക്ക്. പോരുന്നതിന് മുൻപൊന്ന് അന്വേഷിക്കാമായിരുന്നു , ഈ ഫ്രാങ്കോ ആരാന്നും അവന്റെ റേഞ്ചെന്നാന്നും".

" സർവീസിൽ ഇരിക്കുമ്പോ തന്തയെ കൊണ്ടുപോയത് പിഴച്ച നിന്റെ തള്ളയോട് ചോദിച്ച പറയും ".

" കൊല്ലടാ ഈ നായിന്റെ മക്കളെ.. "

ഫ്രാങ്കോ ഉച്ചത്തിൽ അലറി വിളിച്ചു.

തുടർന്ന് അവിടെ അരങ്ങേറിയത് വലിയൊരു സംഘട്ടനം തന്നെ ആയിരുന്നു.ബഹളങ്ങൾക്കൊടുവിൽ അവർ ഫ്രാങ്കോയെ കീഴ്പ്പെടുത്തി.

അവരിരുവരും ചേർന്ന് ഫ്രാങ്കോയെ ഒറ്റപ്പെട്ട ആ വീട്ടിലേക്ക് കടത്തി കൊണ്ടുപോയി. ഇരുകൈകളും കസേര പടിയിലായി ബന്ധിക്കപ്പെട്ട നിലയിൽ അവൻ ഇപ്പോഴും അബോധാവസ്ഥയിൽ തന്നെ തുടരുകയാണ്. അലക്സ് ഫ്രാങ്കോയുടെ മുഖത്തേക്ക് വെള്ളമെഴിച്ചുക്കൊണ്ട് അവന്റെ ബോധതലങ്ങളിലേക്ക് കടന്ന് ചെന്നു.

" അപ്പോ എങ്ങനാ... ഫ്രാങ്കോ... അൺ ഒഫീഷ്യലായിട്ട് ചില കാര്യങ്ങൾ അറിയണം. സഹകരിക്കുവല്ലേ ".

ഫ്രാങ്കോ അബോധാവസ്ഥയിൽ നിന്നും ഞെട്ടി എഴുന്നേറ്റു. ശരത്തവന്റെ മുടിക്കെട്ടിലായി ബലം പ്രയോഗിച്ചുക്കൊണ്ട് മുഖത്തേക്ക് ശ്രദ്ധ തിരിച്ചു.

" എത്ര നാളായി ഫോർട്ട് കൊച്ചി കേന്ദ്രീകരിച്ചുള്ള ആന്റി ക്രൈസ്റ്റുമായി നിന്റെ ബന്ധം".

" രണ്ട് വർഷം ".

"എന്ത് ആവശ്യത്തിന് വേണ്ടിയാണ് ഡെഡ് ബോഡി നിങ്ങൾ കൈകാര്യം ചെയ്യുന്നത് ".

" അതിനെ പറ്റിയൊന്നും എനിക്കറിയില്ല. ലഹരിക്ക് വേണ്ടി മാത്രമാണ് ഞാനവിടെ പോകാറ് ".

" കമ്മീഷണർക്ക് നിങ്ങളുമായുള്ള പങ്ക് എന്താണ് ? ".

" കേരളത്തിലേക്കുള്ള റിക്രൂട്ട്മെന്റ് അയാളു വഴി ആണ് ".

ഉടനെ തന്നെ ഫ്രാങ്കോയുടെ കോളറിലായി പിടിത്തമിട്ടുക്കൊണ്ട് ശരത്ത് രോക്ഷാകുലനായി.

" പോലീസുകാർക്കിട്ട് ഉണ്ടാക്കുന്നോടാ ".

അലക്സ് ശരത്തിനെ തടുത്തുക്കൊണ്ട് പറഞ്ഞു.

" അവൻ പറഞ്ഞത് സത്യമാണ് ".

അവന്റെ വാക്കുകൾ കേട്ട ശരത് ഒരു നിമിഷത്തേക്ക് ഞെട്ടിത്തരിച്ചുപ്പോയി. അലക്സ് റൂമിൽ നിന്നും പുറത്തേക്കിറങ്ങി, പിന്നാലെ നിരവധി സംശയ കൂമ്പാരങ്ങളോടെ ശരത്തവനെ അനുഗമിച്ചു.

" സാർ എനിക്കങ്ങോട്ട് വിശ്വസിക്കാൻ കഴിയുന്നില്ല".

"ആദ്യമൊക്കെ എനിക്കും, എന്നാ നമ്മളിത് വിശ്വസിച്ചേ മതിയാകൂ... ഇവന്മാർക്കും അറിയാത്ത എന്റെ അപരനെ കണ്ടെത്തുന്ന വരെ. "

" അല്ല.., ഇവനെ ഇനി എന്ത് ചെയ്യും? "

"അവൻ ഇനി ഇരുന്നാ നമുക്ക് കേടാ.. തീർത്തേര് ".

അലക്സ് തന്റെ അരയിലായി തിരുകിയിരുന്ന തോക്ക് അവനെ ഏൽപ്പിച്ചു. ശരത് തോക്കുമായി മുറിക്കുള്ളിലേക്ക് കടക്കേണ്ട താമസം പ്രകമ്പനത്തോടെയുള്ള വെടിമുഴക്കം അവിടെയാകെ വ്യാപിച്ചു.

രാത്രി ഏകദേശം പത്ത് മണിയോടെ അലക്സ് കേസ് ഫയലുകൾ ഓരോന്നായി പരിശോധന വിധേയമാക്കുമ്പോൾ സമീപത്തായുള്ള ടിവിയിൽ നിന്ന് പുറത്തേക്കുയരുന്ന പ്രധാന വാർത്തകൾ അവന്റെ ശ്രദ്ധ തലങ്ങളിലേക്ക് വ്യാപരിക്കുന്നു, ആ വാർത്ത ഇങ്ങനെയായിരുന്നു.

" മയക്കുമരുന്ന് സംഘത്തിലെ പ്രധാനി ഫ്രാങ്കോ അജ്ഞാതന്റെ വെടിയേറ്റ് മരിച്ച നിലയിൽ. മയക്കുമരുന്ന് മാഫിയയുമായി ഉണ്ടായ വാക്കു തർക്കമാണ് കൊലപാതകത്തിൽ കലാശിച്ചത് എന്ന് സിറ്റി പോലീസ് കമ്മീഷണർ മാത്യു ജോർജ് ".

ഇത് കേട്ടതും അലക്സിന്റെ മുഖപ്പേശികളിൽ ജന്മനാ സ്വായത്വമായ പുച്ഛഭാവം നിഴലിച്ചു. ആസിഡ് ആക്രമണത്തിൽ മറ്റൊരു ഇര കൂടി...വാർത്ത തുടർന്നു.

സമയം പതിനൊന്നായിട്ടും മാർട്ടിന്റെ ഷോപ്പ് അടച്ചിട്ടില്ല. ധാരാളം ആളുകൾ സഞ്ചിയുമായി അവിടെ കാത്ത് നിൽക്കുന്നു. മാർട്ടിനും ജോണും അവർക്കുള്ള മാംസം വെട്ടുന്ന തിരക്കിലാണ്.

കടക്ക് മുൻപാകെയുള്ള ഹോൾഡറിലായി തൂക്കിയിട്ടിരിക്കുന്ന റേഡിയോയിൽ അവരും ഇതേ വാർത്ത ശ്രവിക്കുന്നു.

" ഒന്നുമില്ലെങ്കിലും ഫ്രാങ്കോ ഒരു മര്യാദക്കാരൻ ആയിരുന്നു ". ഫ്രാങ്കോയെ ന്യായീകരിച്ചുക്കൊണ്ട് ജോൺ പറഞ്ഞു. ഇതുകേട്ട മാർട്ടിൻ അവനോട് കലഹിച്ചു.

" ലഹരി വിറ്റു ജീവിക്കുന്നതാണോടാ നിന്റെയൊക്കേ മര്യാദ".

" ഓ നിങ്ങക്ക് പണ്ട് നെയ്യപ്പം കച്ചവടം ആയിരുന്നല്ലോ ".

ഇത് കേട്ട് നിന്നവരാകട്ടെ സന്ദർഭോചിതമായി ഒരു ചിരിയും പാസ്സാക്കി, ജോൺ തുടർന്നു.

" വാറ്റുചാരായവുമായിട്ട് അര ട്രൗസറേ ഈ വഴി കൊണ്ടുപ്പോയത് ഇപ്പോഴുമെന്റെ കൺമുന്നിലുണ്ട് ".

"നിന്ന് ചെലക്കാതെ പണിയെടുക്കടാ "...

ജോൺ മറുത്തൊന്നും പറയാതെ അടച്ച ശബ്ദത്തിലായി തന്നിലേക്ക് തന്നെ പറഞ്ഞു.

"ചുമ്മാതല്ല.. തന്നെക്കൊണ്ടവമ്മാര് പിഴിഞ്ഞത്."

" വല്ലോം പറഞ്ഞാരുന്നോ "....

" എന്റെ പൊന്നോ....ഒന്നുമില്ലേ.....

ഇറച്ചി വാങ്ങാൻ വന്ന ഒരാളോടായി ജോൺ.

"ചേട്ടനല്ലേ രണ്ട് കിലോ...ആ.... സഞ്ചി നീട്ടിക്കോ.. "

പിറ്റേന്ന് ഉച്ചയോടെ ശരത് കമ്മീഷണർ ഓഫീസിലേക്ക് എത്തിച്ചേർന്നു.

" സാർ"....

" കേറി വാടോ"..

ശരത് ഹാഫ് ഡോർ തള്ളി തുറന്നുക്കൊണ്ട് മുറിക്കുള്ളിലേക്ക് കടന്നശേഷം ഒരു ബാധ്യത എന്നപോലെ കമ്മീഷണർക്ക് മുൻപാകെ സല്യൂട്ടടിച്ച് നിവർന്നു നിന്നു.

" സാർ വിളിപ്പിച്ചെന്ന് പറഞ്ഞു".

"തനിക്കേ ചെലവിന് തരുന്നത് കേരള സർക്കാരാ അല്ലാതെ അലക്സിന്റെ തറവാട്ടിന്നല്ലാ".

ശരത് മനസ്സിൽ കരുതി , 'ഓ അപ്പോ സംഗതി അതാണ്' .

"ശരി സാർ " ശരത് കപടമായി ഒരാദരവ് കാട്ടിക്കൊണ്ട് പറഞ്ഞു.

"എന്തോന്ന് ശരി... രഹസ്യ അന്വേഷണത്തെപ്പറ്റി ആരുമൊന്നും അറിയില്ലെന്ന് കരുതിയോ... താൻ ഇപ്പൊ പൊക്കോ. ഇതിന്റെ പേരിലിനി വിളിപ്പിക്കേണ്ടി വന്ന ...സസ്പെൻഷൻ കൈപ്പറ്റാനിങ്ങ് വന്നേച്ച മതി ".

അയാളുടെ രോഷത്തിന് പിന്നിലെ രഹസ്യം എന്താണെന്ന് അവന് നന്നായി അറിയാം. അതുക്കൊണ്ട് തന്നെ, ശരത് എതിർത്തൊന്നും പറയാതെ സ്വയം പിറുപിറുത്തു.

" അതിന് കേരള പോലീസ് തനിക്ക് സ്ത്രീധനം കിട്ടിയ അച്ചിവീട് ഒന്നുമല്ലല്ലോ "

അവനിതും ചിന്തിച്ച് മനസ്സിൽ ഒന്ന് ചിരിക്കവേ കമ്മീഷണർ പിന്നെയും ശരത്തിന്റെ നേരെ ഉച്ചത്തിൽ ചോദിച്ചു.

" എന്തുവാടോ പിറുപിറുക്കുന്നേ "...

" ഏയ്... ഒന്നുമില്ല സർ.. വിലങ്ങ് വേണ്ടി വരുമെന്ന് പറയുവായിരുന്നു "..

അവനിത് ആരെ കൊള്ളിച്ചാണ് പറയുന്നത് എന്ന് കമ്മീഷണർക്ക് നന്നായി അറിയാം. അതുക്കൊണ്ട് തന്നെ കമ്മീഷണർ അത്യന്തം രോഷത്തോടെ ശരത്തിനോടായി പറഞ്ഞു

" ഇറങ്ങിപ്പോടോ "...

ശരത്ത് സല്യൂട്ടടിച്ചശേഷം ഹാഫ് ഡോർ തള്ളിത്തുറന്ന് പുറത്തേക്ക് ഇറങ്ങി. ഡോർ ക്ലോസ് ചെയ്തുക്കൊണ്ട് പിന്നിലേക്കായി ഒന്ന് തിരിഞ്ഞു നോക്കിയിട്ട് മീശയും പിരിച്ച് പുച്ഛത്തോടെ പറഞ്ഞു.

" കഴുവേറിടെമോൻ "..

ശരത് ദേഷ്യം അടക്കാനാകാതെ കമ്മീഷണർ ഓഫീസിൽ നിന്നും പുറത്തേക്ക് ഇറങ്ങി.

വൈകുന്നേരത്തോടെ ശരത് നേരെ അലക്സിന് അടുക്കലേക്ക് എത്തിച്ചേർന്നു. വീട് അടച്ചിട്ടിരിക്കുകയാണ് അവൻ കോളിംഗ് ബെൽ ആവർത്തിച്ചടിച്ചു.

ആ വാതിലുകൾ നിശ്ചലമായിത്തന്നേ നിലകൊണ്ടു, ശരത് ആകെ ഒന്ന് പരിഭ്രമിച്ചു.

"സാറെ... അലക്സാറേ,,, അലക്സാറേ....."

എന്തോ പന്തിക്കേട് തോന്നി ശരത് പോർച്ചിലേക്ക് ഒന്ന് നോക്കി, സ്കൂട്ടർ അവിടെ തന്നെയുണ്ട്. അവൻ ആകെയൊന്ന് ചിന്തകുലനായി നിൽക്കുമ്പോഴാണ് അലക്സ് വാതിൽ തുറന്ന് പുറത്തേക്ക് വന്നത്.

" കുളിക്കുവായിരുന്നാടോ.... ".

അലക്സ് മേലാകെ തോർത്തിക്കൊണ്ട് പറഞ്ഞു.

" ഹോ ഞാനങ്ങ് പേടിച്ചുപ്പോയി ".

" എന്തിന്? ".

" ആ കമ്മീഷണർക്ക് എല്ലാം അറിയാം ".

" അതോർത്ത് താൻ പേടിക്കണ്ട, അയാള് അനങ്ങില്ല. താനിരി ഷർട്ടിട്ട് വരാം".

അലക്സ് നേരെ മുറിയിലേക്ക് കടന്നു.

പിന്നാലെ ശരത്തും വീടിനുള്ളിലേക്കായി പ്രവേശിച്ചു.

വസ്ത്രം മാറുന്നതിനായി മുറിക്കുള്ളിലേക്ക് കടന്ന അലക്സിനെ കുറച്ചധികം നേരമായി ശരത് ഹാളിൽ കാത്തു നിൽക്കുകയാണ്.

അല്പസമയം കഴിഞ്ഞ് പുറത്തേക്ക് കടന്നു വന്ന ആ രൂപം കണ്ട് ശരത് അക്ഷരാർത്ഥത്തിലൊന്ന് ഞെട്ടി. മുറിയിൽ നിന്നും പുറത്തേക്ക് ഇറങ്ങി വരുന്നത് കമ്മീഷണർ ആണ്. അയാൾ എനിക്ക് മുൻപേ ഇവിടെ വന്നിരുന്നോ.. അലക്സ് സാറിനെ കീഴ്പ്പെടുത്തിയിരുന്നോ.. അതായിരിക്കുമോ നേരത്തെ വാതിൽ തുറക്കാൻ വൈകിയത്.

അതോ ഇനി രണ്ടാൾക്കുമുള്ള ഒരു ട്രാപ്പായിരുന്നോ ഇത്. അവനാകെ പരിഭ്രമിച്ചുക്കൊണ്ട് ഓടി മുറിയിലേക്ക് കയറി അലക്സിനെ നോക്കി. അലക്സ് അവിടെയില്ല, പുറത്ത് ഹാളിലേക്ക് ചെന്നു കമ്മീഷണർ അവിടെ കസേരയിൽ ഇരിക്കുകയാണ്. ശരത് സൈഡിലായി നിലക്കൊണ്ട സ്റ്റാൻഡ് കയ്യിലെടുത്തു.

" അലക്സ് എവിടെ".

അയാളെ അടിക്കുവാനായി ശരത് സ്റ്റാൻഡോങ്ങിയപ്പോൾ അയാൾ ഉച്ചത്തിൽ പൊട്ടിച്ചിരിക്കുകയാണ്.

"തന്നോടാ ചോദിച്ചേ അലക്സ് എവിടെന്ന് ".

അവനാ ധാർഷ്ട്യം കണ്ടു നിൽക്കാൻ കഴിഞ്ഞില്ല. കസേരയിൽ നിന്നും അയാളെ നിലത്തേക്ക് വലിച്ചിട്ട് നെഞ്ചിലായി കാലുറപ്പിച്ചു .

" എടോ... കൊല്ലല്ലേ...ഇത് ഞാനാ ".

അലക്സ് പെട്ടെന്ന് തന്നെ ആ മൂടുപടമെടുത്ത് മാറ്റി.

തനിക്ക് ചുറ്റുമെന്താണ് സംഭവിക്കുന്നതെന്നറിയാതെ ശരത്താകെ അന്തംവിട്ടു.

" ഏ....ഇതെങ്ങനെ".

"തനിക്കിപ്പം മനസ്സിലായോ.,

അന്ന് ഇങ്ങനെയാണ് നിങ്ങളെന്റെ മുഖം സിസിടിവി കണ്ടത്."

"അപ്പോ!!! കമ്മീഷണർ ആണോ ഇതിന് പിന്നിൽ ".

"അല്ല...മറ്റാരോ... സമൂഹത്തിന്റെ എല്ലാ മാന്യതയും ആസ്വദിക്കുന്ന, എന്നാൽ എന്റെ ശരീര പ്രകൃതവുമായി ഒത്തുപ്പോന്നൊരാൾ.

അലക്സ് പതിയെ സിറ്റൗട്ടിലേക്ക് നടന്നു, പിന്നാലെ ആകാംക്ഷയോടെ ശരത്തും. അവന്റെ സംശയങ്ങൾ ഒന്നും തന്നെ സാധൂകരിക്കപ്പെട്ടിട്ടില്ല.

" അയാളെ എങ്ങനെ"?.

"പാടാണ്.., വീണ്ടും നമ്മുടെ നീക്കങ്ങളറിഞ്ഞാൽ പിന്നെയൊരിക്കലും അയാളെ കിട്ടിയെന്ന് വരില്ല. വളരെ സൂക്ഷിച്ച് മാത്രമേ ഇനി ഓരോ ചുവടും വെയ്ക്കാൻ കഴിയു".

"അല്ലാ...സാറിന് ആരെയെങ്കിലും?."

"ആരെയും സംശയിക്കാം കൂടെയുള്ള നിഴലിനെ പോലും. കുറ്റവാളി ആരായിരുന്നാലും ഹി ഈസ് ബ്രില്ല്യന്റ് ആൻഡ് സൈക്കോമാനിക്ക്, കീഴടക്കുകയെന്നത് അത്ര എളുപ്പമല്ല".

" പിന്നെങ്ങനെ"..

"നാളെ നമുക്കൊരിടം വരെ പോണം ".

"എന്നാ ശെരി സാറേ, സമയം ഒരുപാടായി ഞാനെറങ്ങിയേക്കുവാ"...

“താനൊന്തായാലുമൊന്ന് സൂക്ഷിക്കണം, തൽക്കാലമാ കമ്മീഷണറെ പെണക്കാൻ നിക്കണ്ടാ ".

"പണി പോന്നേ പോട്ട് സാറേ... നമ്മള് പറമ്പിലെ കരിയില തൂക്കി വിറ്റാണേലും ജീവിക്കും"

ശരത്തിന്റെ ഫലിതം കേട്ടിട്ടെന്നോണം അലക്സ് ഒന്ന് ചിരിച്ചു.

" ഓക്കേ"..

അലക്സിനോട് യാത്ര പറഞ്ഞ ശേഷം ശരത് ജീപ്പിൽ കയറി പുറത്തേക്ക് പോയി.

സമയം സന്ധ്യ കഴിഞ്ഞിരിക്കുന്നു. അലക്സ് കട്ടിലിൽ അങ്ങനെ കിടക്കുമ്പോഴാണ് ഫോൺ റിങ്ങ് ചെയ്യത് തുടങ്ങിയത്, അത് ആതിരയുടെ കോളാണ്.

" ഇച്ചായാ.... ശരത്ത് "..

അവളുടെ വെപ്രാളത്തോടെയുള്ള സംസാരം കേട്ടിട്ടെന്നോണം അലക്സ് ഒന്ന് പതറി.

"എന്താ ആതിര... എന്തുപറ്റി ?, അവനിവിടുന്ന് പോയിട്ട് അധിക നേരം ആയില്ലല്ലോ."

"ഇച്ചായാ... ശരത്തിന്റെ വണ്ടിയൊന്ന് ആക്സിഡന്റ് ആയി,സ്വല്പം ക്രിട്ടിക്കലാണ് ".

"നോ......"

അലക്സ് അലറി വിളിച്ചു.

പെട്ടന്നുള്ള അങ്കലാപ്പിൽ അവന്റെ കൈയിൽ നിന്ന് ഫോൺ താഴേക്ക് വഴുതി വീണു.

അലക്സ് അതിവേഗം ശരത്തിന്റെ വീട്ടിലേക്ക് യാത്ര തിരിച്ചു. വലിയയൊരു ജനക്കൂട്ടം തന്നെ അവിടെ തമ്പടിച്ചിരിക്കുന്നു. പുറത്തായി ആംബുലൻസും മറ്റു പോലീസ് വാഹനങ്ങളും കിടപ്പുണ്ട്. അലക്സ് ആകെ വല്ലാത്തൊരു മാനസികാവസ്ഥയിൽ ശരത്തിന്റെ വീട്ടുപ്പടിക്കലേക്ക് എത്തിച്ചേർന്നു.ശരത്തിന്റെ ചേതനയറ്റ ശരീരം അതാ മുറ്റത്ത് ബെഞ്ചിലായി കാണാം, അവന്റെ മനസ്സാകെ തകർന്നുപോയി. അലക്സിനെ കണ്ടതും ശരത്തിന്റെ ഭാര്യ പൊട്ടിക്കരഞ്ഞുക്കൊണ്ട് വിളിച്ചുപറഞ്ഞു.

" അലക്സച്ചായാ.... ശരത്തിനോടൊന്ന് കണ്ണ് തൊറക്കാൻ പറ ...ഇച്ചായൻ പറഞ്ഞ ശരത്ത് കേൾക്കും, പറ ഇച്ചായാ ".

മനസ്സിനേറ്റ വേദനയാൽ കണ്ഠമിടറിയ അലക്സ് ശരത്തിന്റെ ഭാര്യയെ ഒന്നാശ്വസിപ്പിച്ചു. തുടർന്ന് തന്ത്രിയുടെ കാർമ്മികത്വത്തിലുള്ള തുടർ ക്രീയകൾ ചെയ്യ്ത് തീരുന്നതുവരെ ഒരു സഹോദരനെ പോലെ കാര്യങ്ങൾ ഏറ്റെടുത്ത് നിവർത്തിച്ചു, ശേഷം അവിടെ നിന്നും മടങ്ങി.

അലക്സ് അതീവ നിരാശനായി ജനലഴികൾക്കുള്ളിലൂടെ വിദൂരതയിലേക്ക് നോക്കി അങ്ങനെ നിൽക്കുകയാണ്. അവസാനമായി ശരത്തിനൊപ്പമുള്ള കൂടിക്കാഴ്ച. എന്തുവന്നാലും കൂടെ തന്നെ ഉണ്ടാകുമെന്ന ഫലിതത്തോടെയുള്ള അവന്റെ സംസാരം, എല്ലാം നാൻസിക്ക് സമാനമായ മറ്റൊരു വിങ്ങലെന്നപ്പോലെ അവന്റെ മനസ്സിൽ അവശേഷിച്ചു. പെട്ടെന്നാണ് പുറത്തായിയൊരു കാർ വന്നു നിൽക്കുന്ന ശബ്ദം അവന്റെ ശ്രവണനാഡികളിൽ പതിഞ്ഞത്, അത് ആതിരയും വല്യമ്മച്ചിയുമാണ്.

കാർ സൈഡിലേക്ക് നിർത്തിയ ശേഷം, ആതിര വല്യമ്മച്ചിയുടെ ഭാഗത്തെ ഡോർ തുറന്നുക്കൊണ്ട് കൈപ്പിടിച്ചവരെ മുറ്റത്തേക്കിറക്കി. രംഗനുസൃതം പുറത്തേക്ക് കടന്ന് വന്ന അലക്സ് അവർക്ക് സമീപത്തേക്ക് നീങ്ങി.

" അലക്സേ നീയിതെന്ത് ഭാവിച്ചാ...

ഈ നിമിഷം നീ ഞങ്ങടൊപ്പം വരണം. " വല്യമ്മച്ചി അലക്സിനെ ശാസിച്ചു. ആതിരയും അത് തന്നെ അപേക്ഷിക്കുന്നു എന്ന മട്ടിൽ

അവനെ ഒന്ന് നോക്കി.

" വല്യമ്മച്ചി ക്ഷമിക്കണം, എനിക്ക് ചെയ്ത് തീർക്കേണ്ടതായ ചിലതുണ്ട് ."

"കുരുതി കൊടുക്കാനാരുന്നേ എനിക്ക് ഒരുത്തനെ വളത്തേണ്ടിയിരുന്നില്ല.... നിനക്കെല്ലാത്തിനും ന്യായം കാണും, നിന്റേതായ ഉത്തരങ്ങളും. "

" ഇച്ചായാ വല്യമ്മച്ചി പറയുന്നതൊന്ന് കേൾക്ക്. ഇച്ചായന് വല്ലോം പറ്റിയ പിന്നേ ഞങ്ങക്കാരാ ഉള്ളത് ".

" എല്ലാത്തിനും എന്നോടൊപ്പമുള്ള സുഹൃത്തിന്നില്ല.
(അലക്സ് നെഞ്ച് പൊട്ടിക്കൊണ്ട് പറഞ്ഞു.)
അവനോടുള്ള വിശ്വാസത്തിന്റെ പേരിലേലും എനിക്കിതിന്റെ സത്യാവസ്ഥ അറിഞ്ഞേ...തീരു, നിങ്ങക്ക് പോകാം".

അവരുടെ മുഖത്തേക്ക് നോക്കാൻ കഴിയാത്തതിനാൽ നിറകണ്ണുകളോടെ അലക്സ് തന്റെ ചുറ്റുപ്പാടുകളിലേക്ക് കണ്ണോടിച്ചു .

" ഓ... ഞങ്ങളാന്നല്ലോ നിനക്കിപ്പോ ശല്യം. നിനക്കെല്ലാം കഴിഞ്ഞിട്ട് വരാം. പക്ഷേ നിന്റെയീ വല്യമ്മച്ചിക്ക് അന്ത്യചുംബനം നൽകാനാന്ന് മാത്രം ".

വല്യമ്മച്ചി വിങ്ങിപ്പൊട്ടി, ആതിര മിഴിനീർ തുടച്ചുക്കൊണ്ട് വല്യമ്മച്ചിയെ തന്നിലേക്ക് ചേർത്തുപിടിച്ചു.

" വല്യമ്മച്ചി ".. അലക്സ് നിറകണ്ണുകളോടെ വല്യമ്മച്ചിയുടെ കൈകളിൽ പിടിത്തമിട്ടു.

" നീ ദേഷ്യപ്പെടേണ്ട....ഞാൻ ഉള്ളതാ പറഞ്ഞേ ".

ഇത്രെയും പറഞ്ഞുക്കൊണ്ട് വല്യമ്മച്ചി കാറിലേക്ക് കയറുന്നത് അലക്സ് നിരാശയോടെ നോക്കി നിന്നു, ആതിര അവന്റെ കണ്ണുകളിലേക്ക് നോട്ടമിട്ടു.

"ഇച്ചായൻ ആളാകെയങ്ങ് മാറിപ്പോയി. ഞങ്ങളെ ഒന്ന് മനസ്സിലാക്കുമോ".

" ഉം ".... ഒന്ന് മൂളിക്കൊണ്ട് അലക്സ് ആതിരയുടെ മുഖത്തേക്ക് നോക്കാൻ ധൈര്യമില്ലാതെ ചോദിച്ചു.

" മോൾക്ക് സുഖമല്ലേ "...

" ഇച്ചായനെ പോലെന്നാ വല്യമ്മച്ചി പറയുന്നേ... "

അവൾ കണ്ണുനീർ തുടച്ച് ചിരിച്ചുക്കൊണ്ട് തുടർന്നു.

" എപ്പോഴും കുറുമ്പാ "..

അലക്സ് കാറിലേക്ക് ഒന്ന് നോക്കി വല്യമ്മച്ചി വിഷമത്തോടെ അവിടെ തന്നേ ഇരിക്കുകയാണ്.അവൻ നേരെ വല്യമ്മച്ചിയുടെ സമീപത്തേക്ക് ചെന്നു.

"വല്യമ്മച്ചി.... ഇങ്ങോട്ട് നോക്കിക്കേ... ഈയാഴ്ച തീരുന്നതിനു മുൻപ് ഞാനങ്ങ് വരും..

അലക്സ് വിരല് ചൂണ്ടിക്കൊണ്ട് വല്യമ്മച്ചിയോട് പറഞ്ഞു. ഇത് കേട്ടതും വല്യമ്മച്ചിയുടെ മുഖത്തായി ഉടലെടുത്ത സന്തോഷം, അത് പറഞ്ഞറിയിക്കാൻ കഴിയുന്നതിനും അപ്പുറമാണ്. ആതിര ഷാളാൽ കണ്ണുനീർ തുടച്ചു മാറ്റിക്കൊണ്ട് പറഞ്ഞു.

" ഇച്ചായ ഇറങ്ങിയേക്കുവാ...മോളെയാ ലിസി ആന്റിയെ ഏൽപ്പിച്ചാ വന്നേ, ഉണർന്ന കരയാൻ തുടങ്ങും ".

ആതിര കാർ സ്റ്റാർട്ടു ചെയ്യ്ത് അവിടെ നിന്ന് പുറത്തേക്ക് ഇറങ്ങി. അവർ ദൂരേക്ക് അകലുന്നത് അലക്സ് നെടുവീർപ്പോടെ അങ്ങനെ നോക്കി നിന്നു.

അലക്സിന് തന്റെ കുഞ്ഞിനോടൊപ്പം കഴിയാനുള്ള ധൃതിയുണ്ട്. പെട്ടെന്ന് തന്നെ ഇതിനൊരു അവസാനം കണ്ടെത്തണം. അവൻ മനസ്സിൽ പ്രതിജ്ഞ എടുത്തുക്കൊണ്ട് വീടിനുള്ളിലേക്ക് കടന്ന് വാതിൽ അടച്ചു.

കഴിഞ്ഞ ദിവസങ്ങളിൽ ശരത്തിനോട് കേസന്വേഷണത്തിന്റെ ഭാഗമായി ഒരിടം വരെ പോകേണ്ടതുണ്ടെന്ന് അലക്സ് പറഞ്ഞിരുന്നു. എന്നാൽ ഇന്ന് ശരത്തില്ല. ആയതിനാൽ, മറ്റാരുമില്ലാതെ അലക്സ് ഒറ്റക്കവിടേക്ക് യാത്ര തിരിച്ചു.

ഏതാണ്ട് പതിനൊന്ന് മണിയോടെ അവനാ അതിപുരാതന വീടിന്റെ മുറ്റത്തേക്ക് എത്തിച്ചേർന്നു. വരാന്തയിലേക്ക് കടന്ന അലക്സ് നേരെ ചെന്ന് കോളിംഗ് ബെൽ അടിച്ചു. മദ്ധ്യവയസ്കനായ ഒരാൾ വാതിൽ തുറന്നു പുറത്തേക്ക് വന്നു.

"ആരാ....എന്തുവേണം "?.

" ഫാദറിനെ വിളിച്ചിരുന്നു".

"ഓഹോ...! കയറി ഇരിക്കൂ".

അയാൾ അലക്സിനെ ഉള്ളിലേക്ക് ക്ഷണിച്ച ശേഷം, ഹാളിൽ നിന്നുമൊരു ഇടനാഴി വഴി ഏതോ മുറിയിലേക്ക് മറഞ്ഞു.

അകത്തേക്ക് കടന്ന അലക്സ് അവിടെ കണ്ട ഒരു കസേരയിലായി നിലയുറപ്പിച്ചുക്കൊണ്ട് തന്റെ ചുറ്റുപാടുമൊന്ന് സസൂഷ്മം വീക്ഷിച്ചു. ജൂതമതത്തെ സൂചിപ്പിച്ചുക്കൊണ്ടുള്ള നിരവധി ചുമർ ചിത്രങ്ങൾ അവിടെ കാണാം അല്പസമയത്തിനുള്ളിൽ തന്നേ ആ മദ്ധ്യവയസ്കൻ പുറത്തേക്ക് വന്നു.

" എടോ തന്നെ വിളിക്കുന്നുണ്ട്".

അലക്സ് നേരെ അയാൾക്കൊപ്പം മുൻപയാൾ കടന്ന് പോയ അതെ വീഥികളിലൂടെ സഞ്ചരിച്ച് വലിയൊരു മുറിയിലേക്ക് കടന്നു. അവിടെ വീൽചെയറിലായി ഒരു വൃദ്ധൻ ഇരിക്കുന്നു, അയാളുടെ വേഷവിധാനങ്ങളിലൂടെ അതൊരു പുരോഹിതാണെന്ന് മനസ്സിലാക്കാം. മുറിക്ക് സമീപത്തായുള്ള ഷെൽഫിൽ നിരവധി പുസ്തകങ്ങൾ അടുക്കി വെച്ചിരിക്കുന്നു.

“ താൻ വരുമെന്ന് ലീന പറഞ്ഞിരുന്നു , തനിക്കെന്താ അറിയേണ്ടത് ”.

" അങ്ങേയുടെ ‘മാൻ ഓഫ് സിൻ’ എന്ന ടെക്സ്റ്റിനെ പറ്റി അറിഞ്ഞിരുന്നു.

അതിൽ ആന്റി ക്രൈസ്റ്റിനെ പറ്റി പ്രതിപാദിക്കുന്നതിന്റെ പ്രസക്തി എന്താണ് ".

പുരോഹിതൻ തെല്ലൊന്ന് ആലോചിച്ച ശേഷം ഒരു പുഞ്ചിരിയോടെ അതിനുള്ള മറുപടി പറഞ്ഞു.

" താനാ ഷെൽഫിലെ രണ്ടാമത്തെ റോയിൽ നാലാമത്തെ ടെക്സ്റ്റ് ഇങ്ങെടുത്തേ."

പുരോഹിതൻ പറഞ്ഞ പ്രകാരം അലക്സ് ആ ടെക്സ്റ്റ് എടുത്ത് അയാൾക്ക് നേരെ നീട്ടി.

" തനിക്കറിയേണ്ട എല്ലാ വിവരങ്ങളും ഇതിലുണ്ട്.(അദ്ദേഹം അത് വാങ്ങാതെ പുസ്തകത്തിലേക്ക് വിരൽ ചൂണ്ടിക്കൊണ്ട് പറഞ്ഞു) തന്റെ അനുമാനങ്ങൾ ശരിയാണെങ്കിൽ എന്റെയീ ബുക്കും ശരിയാണ് ".

അലക്സ് തന്റെ പക്കലുള്ള ടെക്സ്റ്റൊന്ന് വീക്ഷിച്ചുക്കൊണ്ട് പുരോഹിതനോട് പറഞ്ഞു.

" എനിക്ക് വിശ്വാസമാണ്".

അവൻ പുരോഹിതന് അടുക്കലേക്ക് ഒന്നുകൂടി ചേർന്ന് നിന്നുക്കൊണ്ട് ആദരവോടെ അദ്ദേഹത്തിന്റെ വലംകയ്യൊന്ന് ചുംബിച്ചു. ശേഷം അവനാ ടെക്സ്റ്റുമായി മുറിയിൽ നിന്ന് പുറത്തേക്ക് ഇറങ്ങി.

രാത്രി ഒരു പത്തുമണിയോടെ പള്ളി മേടയിലെ കതകിലായി ആരോ ആഞ്ഞ് തട്ടുന്നുണ്ട്. കപ്യാർ ശവുമേൽ കതക് തുറന്ന് നോക്കുമ്പോൾ അത് അലക്സാണ്,അവനെ കണ്ടതും അയാളൊന്ന് പുഞ്ചിരിച്ചു. എന്നാൽ അലക്സിന്റെ ഇടത് കൈയോട് ചേർന്ന് ഷർട്ടിലായുള്ള ചോര ശാമുവേലിന്റെ ശ്രദ്ധയിൽ പെട്ടതുമില്ല. അയാളോട് അലക്സ് ചോദിച്ചു.

" അച്ചനില്ലേ.... "?.

" അച്ചൻ പ്രെയറിലാ താനിരിക്ക്, ഞാൻ വിളിക്കാം".

അയാൾ ഫാദറിനെ വിളിക്കാനായി അകത്തേക്ക് കയറി. തൊട്ട് പിന്നാലെ അലക്സും ഉള്ളിലേക്ക് പ്രവേശിച്ചു.

അവൻ വിസിറ്റേഴ്സ് റൂമിലായുള്ള കസേരയിൽ ചെന്നിരുന്നു. അധികം വൈകാതെ തന്നെ പുരോഹിതൻ അവിടേക്ക് കടന്ന് വന്നു. പട്ടക്കാരനോടുള്ള ബഹുമാനാർത്ഥം അലക്സ് കസേരയിൽ നിന്ന് എഴുന്നേൽക്കുന്നതിനിടയിലാണ് അവന്റെ ഷർട്ടിലായി പറ്റിയിരിക്കുന്ന ചോര സേവ്യറച്ചന്റെ ശ്രദ്ധയിൽ പെടുന്നത്.

പുരോഹിതൻ ആശ്ചര്യത്തോടെ അലക്സിനോട് ചോദിച്ചു.

"എന്താടോ.... എന്തുപറ്റി... ഷർട്ടി ചോര"...

“ ഏയ് ഒന്നുമില്ലച്ചോ. വന്ന വഴിക്കാ സ്കൂട്ടറിന്നൊന്ന് വീണു ”.

"ശവുമേലേ... എടോ ശവുമേലേ.."

സേവ്യറച്ചൻ ഉച്ചത്തിൽ വിളിച്ചു കൂവി.

" എന്താ അച്ചോ "..

" ഇവിടെ വല്ല മരുന്ന് ഇരിപ്പുണ്ടോടോ. താനിത് കണ്ടില്ലേ?”.

വാസ്തവത്തിൽ അപ്പോഴാണ് ശവുമേൽ അലക്സിന്റെ ഷർട്ടിൽ പറ്റിയിട്ടുള്ള രക്തം കാണുന്നത്.

" ഷെൽഫി ഉണ്ട് അച്ചോ ".

അയാളിതും പറഞ്ഞ് ധൃതിപ്പെട്ട് അകത്തേക്ക് പോയി.

" ഇന്നിനി എന്തായാലും പോകാൻ നിക്കേണ്ടാ. ഞാനാ എസ് ഐ ജോർജിന്റെ വീട് വരെയൊന്ന് പോയിട്ട് വരാം ".

" എന്താ അച്ചോ വിശേഷിച്ച് ". അലക്സ് ആകാംക്ഷയോടെ ചോദിച്ചു.

" അപ്പോ താനൊന്നും അറിഞ്ഞില്ലേ.

അയാളിന്ന് രാവിലെ മരിച്ചു, പെട്ടന്നൊരു വയ്യാഴിക."

ഇത്രയും പറഞ്ഞുക്കൊണ്ട് പുരോഹിതൻ നേരെ പുറത്തേക്കു പോയി. അലക്സ് ഞെട്ടൽ മാറാതെ അങ്ങനെ തരിച്ച് നിൽക്കുമ്പോഴാണ് കപ്പ്യാർ മുകളിലെ നിലയിൽ നിന്നും വിളിക്കുന്നത്.

" എടോ... താനിങ്ങോട്ട് കേറി വാ "..

ജോർജിന്റെ മരണ വാർത്തയറിഞ്ഞ് എന്തു ചെയ്യണമെന്ന് അറിയാതെ അലക്സങ്ങനെ പകച്ചു നിൽക്കുകയായിരുന്നു, ഒരു നിമിഷം പരിസരം മറന്നു പോയി. അയാളൊന്ന് വിളിച്ചപ്പോഴാണ്,പെട്ടെന്നൊരു ബോധോദയം വന്നതുപോലെ അവനോരൊന്നും ആലോചിച്ചുക്കൊണ്ട് മുകളിലേക്കുള്ള സ്റ്റെപ്പ് കയറിയത്.

തന്നെക്കുറിച്ചുള്ള സത്യാവസ്ഥ അറിയുന്നത് വളരെ കുറച്ചു പേർക്ക് മാത്രമാണ്. അതിൽ ഉറ്റ സുഹൃത്തായ ശരത്ത് തന്നെ വിട്ടു പോയിരിക്കുന്നു. പിന്നെയുള്ളത് ജോർജ് സാറായിരുന്നു, പ്രാരാബ്ദങ്ങളോട് ദിനംപ്രതി മല്ലടിക്കുന്ന അദ്ദേഹത്തോട് തന്റെ വിഷമതകൾ പങ്കുവയ്ക്കാൻ പോയിരുന്നില്ല. എന്നാലും ഇതൊരു സാധാരണ മരണം തന്നെയാണോ. അലക്സ് ഒരു നിമിഷം ചിന്തിച്ചു പോയി. അവൻ പതിയെ തന്റെ ചിന്തകളെ ചിക്കി ചികഞ്ഞുക്കൊണ്ട് അങ്ങനെ ഉറക്കത്തിലേക്ക് വഴുതി വീണു.

അതിരാവിലെ തന്നേ ഉറക്കം ഉണർന്ന അലക്സാദ്യം കണ്ടത് തൊട്ടടുത്ത ടേബിളിൽ തനിക്കായി തയ്യാറാക്കിയ ചൂട് കാപ്പിയാണ്.

വെച്ചിട്ടുപ്പോയിട്ട് അധികം സമയം ആയില്ല, കാപ്പിയിൽ നിന്നും ചെറുതായി ആവി പറക്കുന്നുണ്ട്. അവൻ തന്റെ പ്രഭാതചര്യകൾക്ക് ശേഷം, കാപ്പി കുടിച്ചുക്കൊണ്ട് പള്ളിമുറ്റത്തായി ചെന്ന് നിൽക്കുമ്പോഴാണ് പുരോഹിതൻ അവിടേക്ക് വരുന്നത്.

" താൻ രാവിലെ എണീറ്റോ..? ഇന്നലെ വന്നപ്പോ ഞാനല്പം വൈകിപ്പോയി."

" അടക്കം എന്നത്തേക്കാണെന്ന് വല്ലോം... "?

"രണ്ട് ദിവസം കഴിയും, ബോഡി തൽകാലം മോർച്ചറിയിലേക്ക് മാറ്റി. ചെറിയൊരു

പ്രശ്നമുണ്ട്."

അലക്സിന്റെ മുഖത്തേക്ക് നോക്കാതെ പുരോഹിതൻ തലകുനിച്ചുക്കൊണ്ട് മറുപടി പറഞ്ഞു. ഇത് കേട്ടതും അലക്സിന് ആകെ ആശ്ചര്യമായി.

"എന്തു പ്രശ്നം. മക്കളാരും വരാനില്ലല്ലോ? ".

പുരോഹിതൻ വിദൂരതയിലേക്ക് നോക്കി നെറ്റി ചുളിച്ചുക്കൊണ്ട് പറഞ്ഞു.

"ഏയ്...ഇതതൊന്നുമല്ലാ ...,അന്ത്യകുർബ്ബാന കൊടുക്കാൻ ചെന്ന നമ്മടെ ജോസനച്ചനെ അയാടെ ചെക്കൻ പിടിച്ചു തള്ളിയെന്നോ, തിരുഭോജനം താഴെ വീണുന്നോ ഒക്കെ പറയുന്ന കേട്ടു. ഇനി തിരുമനസ്സിന്റെ കൽപ്പന വരണം എന്തേലും ചെയ്യണമെങ്കി".

ഇതിനിടയ്ക്കാണ് സൈക്കിളിലായി പത്രക്കാരൻ കടന്നു വരുന്നത്.

അവരവിടേക്ക് നോക്കി നിൽക്കവേ, അയാൾ പള്ളിമുറ്റത്തേക്ക് പത്രം വലിച്ചെറിഞ്ഞ ശേഷം സൈക്കിളിൽ ബെല്ലടിച്ചുക്കൊണ്ട് അവിടെ നിന്നും തിരിച്ചു. സേവ്യറച്ചൻ പത്രം എടുത്തങ്ങനെ മറിച്ച് നോക്കുന്നതിനിടയിലാണ് കപ്പ്യാര് അച്ചനെ വിളിച്ചത്.

" അച്ചോ.... "

ശാമുവേലിന്റെ വിളി കേട്ടതും പുരോഹിതൻ പിന്നിലേക്ക് തിരിഞ്ഞു നോക്കിയ ശേഷം, കൈയിലെ വാച്ചിലേക്ക് ഒന്നു നോക്കി. തുടർന്ന് തന്റെ കൈയിലെ പത്രം അലക്സിനെ ഏൽപ്പിച്ചുക്കൊണ്ട് പറഞ്ഞു.

“ പ്രാർത്ഥനയ്ക്ക് സമയമായി, ഞാനെന്നാ അങ്ങോട്ട് ചെല്ലട്ടേ....”

ഇത്രയും പറഞ്ഞുകൊണ്ട് സേവ്യറച്ചൻ അകത്തേക്ക് പോകുമ്പോൾ അലക്സിന്റെ ശ്രദ്ധയാ പത്രത്താളിലെ പ്രധാന ഹെഡ് ലൈനിലേക്ക് പതിയുന്നു.

‘കമ്മീഷണറിന്റെ തിരോധാനം ആരിലേക്ക്.’

അലക്സ് രാവിലെ തന്നെ പള്ളിമേടയിൽ നിന്ന് ഇറങ്ങി. ഉച്ചയോടടുക്കുമ്പോഴേക്കും ഇടവഴിയിലായി ആരെയോ കാത്തങ്ങനെ നിൽക്കുകയാണ്. ഇടതു കൈയിലായുള്ള മുറിവ് കോട്ടൺ ഉപയോഗിച്ച് കെട്ടിയിട്ടുമുണ്ട്. അല്പസമയത്തിനകം, ഇന്ത്യാവിഷൻ ചാനൽ റെപ്രസെന്റേറ്റിവ് ബൈക്കിൽ അവിടേക്ക് കടന്ന് വന്നു,

അയാൾ നേരെ അലക്സിന് മുൻപിലായി വണ്ടി നിർത്തി.

" നിങ്ങൾക്ക് വേണ്ടതെല്ലാം ഇതിലുണ്ട്. " അലക്സ് തന്റെ കൈയിലുണ്ടായിരുന്ന പെൻഡ്രൈവ് അയാളിലേക്ക് നീട്ടി.

" ഓക്കേ സാർ ഞാൻ വിളിക്കാം". അലക്സിന്റെ കൈയിലെ പെൻഡ്രൈവ് വാങ്ങിക്കൊണ്ട് മീഡിയ പ്രതിനിധി അടുത്ത ലക്ഷ്യത്തിലേക്ക് കുതിച്ചു.

വൈകിട്ട് മൂന്ന് മണിയോടെയാണ് ജോർജിന്റെ ശവസംസ്കാര ശുശ്രൂഷ നടക്കുന്നത്. സെമിത്തേരിയാകട്ടെ പള്ളിയിൽനിന്ന് അല്പം ദൂരെയാണ്. ഇടവക വികാരി തന്നെയാണ് ശുശ്രുക്ഷകൾക്ക് നേതൃത്വം വഹിക്കുന്നത്. വികാരിയുടെ തൊട്ടടുത്തായി അലക്സും ജോർജിന്റെ മകൾ സെലീനയും, മകൻ സെൽവിനും നിൽക്കുന്നുണ്ട്.

ഇടവക വികാരി ജോസനച്ചൻ തന്റെ കർത്തവ്യം തുടങ്ങി.

" നീ മണ്ണാകുന്നു, മണ്ണിലേക്ക് തിരികെ ചേരുമെന്ന് ഞങ്ങളുടെ വർഗ്ഗത്തെ കുറിച്ച് അരുളി ചെയ്തവനായ ദൈവമേ, ഒടുവിലത്തെ ദിവസത്തിൽ നിത്യജീവനായി ഉയർത്തെഴുന്നേൽക്കുമെന്നുള്ള പ്രത്യാശയോടെ ഈ ശരീരത്തെ ഞങ്ങൾ മണ്ണിലേല്പിക്കുന്നു."

ഇത്രയും പറഞ്ഞു പ്രാർത്ഥിച്ചുക്കൊണ്ട് പുരോഹിതനടക്കാം സമീപത്തായി നിന്നവരെല്ലാം ബോഡിയിലേക്ക് ഓരോ പിടി മണ്ണെടുത്തിട്ടു.

കേട്ടുനിന്നവരെല്ലാവരും " ആമേൻ " ..

എന്നുച്ചത്തിൽ പറഞ്ഞു. ഇടവക വികാരി തുടർന്നു.

" ഈ ശുശ്രൂഷയിൽ ആദ്യന്ത്യം സംബന്ധിച്ച നിങ്ങളോരോരുത്തരെയും സർവ്വശക്തനായ ദൈവം അനുഗ്രഹിക്കട്ടെ ".

മുകൾഭാഗം മൂടിക്കൊണ്ട് നാലുപേർ ചേർന്ന് പെട്ടി കുഴിയിലേക്ക് ഇറക്കുന്ന സമയം പിന്നിൽ നിന്ന് ഒരാൾ വന്നു പുരോഹിതന്റെ ചെവിയിൽ എന്തോ പറഞ്ഞു.

" എല്ലാവർക്കും ചായ ക്രമീകരിച്ചിട്ടുണ്ട്". ഇടവക വികാരി ജനങ്ങളോടായി വിളിച്ചു പറഞ്ഞത് കേട്ടപ്പോൾ, ആളുകളെല്ലാം അവിടേക്ക് പോയി. അലക്സും സെൽവിനും ജോർജിന്റെ കല്ലറക്കടുത്തായി അല്പസമയം അങ്ങനെ നിശ്ചലമായി നിന്നു. കുഴിവെട്ടുകാർ കല്ലറയ്ക്ക് മുകളിലായി സ്ലാബ് ഉറപ്പിച്ചതിനുശേഷം

ബൊക്കകൾ നിക്ഷേപിച്ച് അവിടെ നിന്നും കടന്നു പോയി.

ഈ കല്ലറയും അതിന്റെ പരിസരവും എല്ലാം തന്നെ അലക്സിനെ വല്ലാതെ ഭീതിയിലാഴ്ത്തുന്നു. ഇനിയെന്ത് എന്ന ചോദ്യചിഹ്നമോ...അതോ ഇനിയൊരിക്കൽ എനിക്ക് തെറ്റുപറ്റില്ല, ഞാൻ വല വിരിച്ചു കഴിഞ്ഞു എന്ന ആത്മസംതൃപ്തിയോ ആവാം. എന്നിരുന്നാലും അലക്സിന്റെ ഹൃദയം വല്ലാതെ മിടിക്കുന്നുണ്ട്.

രാത്രി പതിനൊന്ന് മണി കഴിഞ്ഞിരിക്കുന്നു. അലക്സ് പ്രതീക്ഷിച്ച പോലെ തന്നെ, ആ ഗോവൻ രജിസ്ട്രേഷൻ കോണ്ടസ്സാ കാർ സെമിത്തേരിയിലേക്ക് കടന്നുവരുന്നു.

അതിൽ നിന്ന് പതിവുപോലെ മൂന്നുപ്പേർ പുറത്തേക്ക് ഇറങ്ങുന്നു. സാത്താൻ സേവകരാണവർ. അവർ കല്ലറകൾക്ക് സമീപത്തേക്കടുത്തു. രണ്ടുപ്പേർ ചേർന്ന് സ്ളാബ് ഇളക്കി മാറ്റി, ഒരാൾ റോപ്പ് വഴി കല്ലറക്കുള്ളിലേക്ക് ഇറങ്ങുകയും ചെയ്തു. തുടർന്ന് അവരിരുവരും ചേർന്ന് മുകളിലേക്ക് ബോഡി വലിച്ചെടുക്കുന്നു. പെട്ടെന്ന് കോണ്ടസ്സയുടെ ഹെഡ്ലൈറ്റ് ഓണായി, കാറിനുള്ളിൽ നിന്നും കൈയിൽ കോട്ടൺ ചുറ്റിയ ഒരാൾ പുറത്തേക്ക് ഇറങ്ങുന്നു.

അത് അലക്സാണ്, തന്റെ അപരനെ തേടിയുള്ള യാത്ര.

" അലക്സ് "..

അവൻ ഉച്ചത്തിൽ വിളിച്ചു, മധ്യത്തിലായുള്ള വ്യക്തി അവിടേക്ക് തിരിഞ്ഞു നോക്കി. അതേ...അവൻ തന്നെ. പിന്നീട് അവിടെ അരങ്ങേറിയത് വലിയൊരു സംഘട്ടനം തന്നെയായിരുന്നു.

രംഗാനുസൃതം അവിടേക്ക് കടന്നു വന്ന വാനിൽ നിന്നു പുറത്തേക്ക് കടന്ന ഗുണ്ടകൾ അലക്സിനടുത്തേക്ക് കുതിച്ചു. എന്നാൽ അലക്സ് അവരെയെല്ലാം നിഷ്പ്രയാസം കീഴ്പ്പെടുത്തി. അവൻ തീരെ പതറിയില്ല കാരണം എല്ലാ തെളിവുകളും കണ്ടെത്തിക്കൊണ്ടും, അവർക്കുള്ള എല്ലാ പഴുതുകളും അടച്ചുംക്കൊണ്ടാണ് അലക്സിക്കുറി കെണി വിരിച്ചത്.

അവൻ വൈകാര്യത്തോടെ തന്റെ രൂപസാദൃശ്യമുള്ള വ്യക്തിയുടെ മുഖമൂടി വലിച്ചെറിഞ്ഞതും, ചുറ്റും ഒളിഞ്ഞിരുന്ന മീഡിയയുടെ ലൈറ്റ് വെട്ടം തെളിഞ്ഞതും ഒരേസമയത്താണ്.ന്യൂസ് തൽസമയമാണ്... ഇത് കാണുന്നവരുടെ കൂട്ടത്തിൽ പുതിയ പോലീസ് കമ്മീഷണർ, അലക്സിന്റെ ഭാര്യ, അങ്ങനെ പരമാവധി ആളുകൾ തന്നെയുണ്ട്.

മുന്നമേ കാര്യങ്ങൾ മനസ്സിലാക്കിയ അലക്സ് തന്റെ പ്രിയപ്പെട്ടവരോട് ഇതിനോടകം ഇതെല്ലാമൊന്ന് സൂചിപ്പിച്ചിരുന്നു. വളരെ ആകാംക്ഷയോടെയാണ് അലക്സിന്റെ ഭാര്യയും വല്യമ്മച്ചിയും നാട്ടുകാരും എല്ലാം ന്യൂസ് കണ്ടു നിന്നത്. എല്ലാവരുടെയും മനസ്സിൽ ഒരേയൊരു ചോദ്യചിഹ്നം മാത്രമായിരുന്നു, ആരായിരുന്നു അത്. ഇത്രയും കാലം നാട്ടുകാരെ കബളിപ്പിച്ചും അലക്സിന്റെ ജീവിതം നശിപ്പിച്ചും ഈ കൊടും പാപം ചെയ്തവൻ, അവൻ ആരാണ്. എല്ലാവരും ആകാംക്ഷയോടെ ടിവി സ്ക്രീനിലേക്ക് ഉറ്റു നോക്കി നിന്നതും, അവിടെ സെമിത്തേരിയിൽ അലക്സ് തൊട്ടു മുന്നിലായി നിന്ന ആ കപട മാന്യന്റെ മുഖത്തേക്ക് നോക്കി പറഞ്ഞു.

" ഈശോമിശിഹായ്ക്ക് സ്തുതിയായിരിക്കട്ടെ".

പുരോഹിതൻ തലതാഴ്ത്തി നിന്നു വാചാലനായി. മുൻപ് പള്ളിയിൽ വെച്ച് തനിക്ക് സമ്മാനിച്ച വികൃതമായ കുരിശുള്ള കൊന്തമാല അലക്സയാളുടെ കഴുത്തിലായി അണിഞ്ഞു.

" പനപോലെ തഴച്ച ദുഷ്ടനല്ലാ, നീതിമാനാണ് ദൈവമെന്നും അന്തിമ വിജയം ഒരുക്കിയത് ". അലക്സ് പുച്ഛരത്തിൽ വിളിച്ചുപറഞ്ഞു.

പുരോഹിതൻ ഇതുകേട്ടതും പരിഹാസത്തോടെ അത്യുച്ചത്തിൽ പൊട്ടിച്ചിരിച്ചു.

"എന്റെ പരാജയം....,

അത് മനസ്സിലാകണമെങ്കി ബാല്യത്തിലെ എല്ലാം നഷ്ടമായ ആ പതിനാലുകാരന്റെ നിസ്സഹായാവസ്ഥ താൻ അറിയണം ".

സേവ്യറച്ചൻ സ്വയം ന്യായീകരിച്ചുക്കൊണ്ട് തന്റെ ഭൂതകാലത്തിന്റെ ഏടുകൾ അലക്സിന് മുൻപിലേക്ക് തുറന്നിട്ടു.

"സഭയ്ക്കും വിശ്വാസത്തിനും വേണ്ടി ജീവിതമുഴിഞ്ഞ വർഗീത് മാപ്പിള, എന്റെ അപ്പൻ, അപ്പനൊപ്പം ഞാൻ പോകാത്ത പള്ളികളോ സന്ദർശിക്കാത്ത അരമനകളും ഇല്ല. ഒരു തികഞ്ഞ വിശ്വാസിക്ക് വേണ്ടതെല്ലാം എന്റെ ബാല്യത്തിലെ ഞാൻ അപ്പനിൽ നിന്ന് പഠിച്ചു. എന്റെ അപ്പൻ പള്ളി സൂക്ഷിപ്പുകാരൻ ആയിരുന്നു. അൾത്താര ഒരുക്കാനും മറ്റും അപ്പൻ എന്നെയും കൂടെ കൂട്ടാറുണ്ട്. ഞാനും അപ്പനും അമ്മയും എന്റെ മൂത്ത സഹോദരിയും ചേർന്ന ഒരു കൊച്ചു സന്തുഷ്ട കുടുംബം ആയിരുന്നു

ഞങ്ങളുടേത്. തികഞ്ഞ ദൈവവിശ്വാസികളായി തന്നെയാണ് ഞങ്ങൾ മക്കളെ രണ്ടുപേരെയും അപ്പൻ വളർത്തിയത്.."

അങ്ങ് വിദൂരതയിലേക്ക് നോക്കി ഒരു ദീർഘശ്വാസം എടുത്തുക്കൊണ്ട് വളരെ രോഷത്തോടെ പുരോഹിതൻ ബാക്കി തുടർന്നു.

" എന്നിട്ടും.. അപ്പന് ഈ സഭയും സമൂഹവും ചാർത്തിയതോ നീചമായ കള്ളൻ പരിവേഷവും. പ്രമാണിമാർക്കും പ്രവാചകന്മാർക്കും വേണ്ടി സഭയും അന്നതിനോശാന പാടി ".

ഇത്രയും പറഞ്ഞുകൊണ്ട് പുരോഹിതൻ ആ പഴയ കാലം ഓർത്തെടുക്കുകയാണ്.

നാല്പതു വർഷങ്ങൾക്ക് മുൻപെ ഒരു മേടമാസ പുലരിയിൽ പള്ളിവക പാരിഷ് ഹാളിൽ വെച്ച്, അന്ന് തന്റെ അപ്പൻ നേരിട്ട ആ അനീതിയെ വിവരിച്ചുക്കൊണ്ട് പുരോഹിതൻ കഥ പറഞ്ഞുതുടങ്ങി.

വർഗ്ഗീത് മാപ്പിള കൈസ്ഥാന സമിതി അംഗങ്ങൾക്കും പുരോഹിതനും മുൻപിലായി നിൽക്കുകയാണ്. സമീപത്തായി നിറകണ്ണുകളോടെ നിൽക്കുന്ന വർഗ്ഗിതിന്റെ കുടുംബം, ഭാര്യയും മകളും മകനും. ആളുകളെല്ലാം ഉച്ചത്തിൽ വിളിച്ചുകൂവി.

"ഇത് അങ്ങേര് തന്നേ എടുത്തതാ....അല്ലാതെ എവിടെ പോകാനാ"..

തുടർന്ന് ഓരോ അസഭ്യം പറച്ചിലും.

" ഇടവകക്കാരുടെ പണം വെച്ച് തന്നെ വേണമായിരുന്നോ തന്റെ കൊച്ചിന് സമ്മന്തം ഉണ്ടാക്കാൻ. കെട്ടിക്കാൻ കാശില്ലേ വല്ല മഠത്തിലും കൊണ്ട് ചേർക്ക്."

കൈസ്ഥാന സമിതി അംഗമായ ഒരാൾ പറയുന്നതുകേട്ട് കണ്ണീർ പൊഴിക്കാൻ അല്ലാതെ ആ കുടുംബത്തിന് മറ്റൊന്നിനും കഴിഞ്ഞില്ല.

" ദയവുചെയ്ത് നിങ്ങളെന്നെ വിശ്വസിക്കണം, ദൈവത്തിന് നിരക്കാത്തതായി ഞാൻ ഒന്നും ചെയ്തിട്ടില്ല... ഇനി ചെയ്യുകയുമില്ല". വർഗീത് അവരുടെ മുൻപിൽ താണപേക്ഷിച്ചുക്കൊണ്ട് പറഞ്ഞു.

" പിന്നെ തന്നെ ഏൽപ്പിച്ച കാശ് എന്തിയേ..., ആവിയായിട്ട് പോയോ. ഇതിനു മുൻപും ഇവിടുന്ന് പോയത് താൻ തന്നെ എടുത്തതാവും "

അംഗങ്ങളിൽ മറ്റൊരാൾ പറഞ്ഞു.

" അച്ചോ..., അച്ചനേലും എന്നെ ഒന്ന് വിശ്വസിക്ക് ". അയാൾ വളരെ വികാരഭരിതനായി തന്നെ പുരോഹിതനെ നോക്കി.. എന്നാൽ പുരോഹിതൻ തലതാഴ്ത്തി എല്ലാം കേട്ടുക്കൊണ്ട് കസേരയിൽ ഇരിക്കുകയാണ്. അയാൾക്കൊരു മറുപടി പറയാൻ കഴിയുന്നില്ല.

" അതെങ്ങനാ കത്തനാർക്കും പങ്ക് കാണും. അതല്ലിയോ അങ്ങേര് മിണ്ടാതിരിക്കുന്നേ... "

പതിയെ പതിയെ മറ്റു സമിതി അംഗങ്ങളുടെ ശബ്ദവും ഉയർന്നുവന്നു കൂട്ടത്തിൽ ഒരാൾ ചാടി എഴുന്നേറ്റുക്കൊണ്ട് പറഞ്ഞു.

" പോലീസിനെ വിളിക്കച്ചോ... അല്ലാതെ ഇങ്ങേര് സത്യം പറയുമെന്ന് തോന്നുന്നില്ല. അവര് ചോദിക്കേണ്ടപോലെ ചോദിക്കുമ്പോ താനേ പറഞ്ഞോളും ".

പുരോഹിതൻ നിശ്ശബ്ദനായി തന്നെ തുടരുകയാണ്, സമിതി അംഗങ്ങൾ പിറുപിറുത്തുക്കൊണ്ടിരുന്നു. വർഗ്ഗീത് മാപ്പിളയും കുടുംബവും നിറകണ്ണുകളോടെ തങ്ങളുടെ വിധി കാത്ത് നിൽക്കുകയാണ്.

അൽപസമയത്തിനുശേഷം പുരോഹിതൻ ഡെസ്കിലേക്ക് ഒന്നാഞ്ഞടിച്ചതും എല്ലാ ശബ്ദകോലാഹലങ്ങളും പൊടുന്നനെ നിലച്ചു.

" ഇവിടെ പോലീസിനേം പട്ടാളത്തിനെയും ഒക്കെ വിളിക്കാൻ വരട്ടെ, അതിനൊക്കെ ഞാനിവിടുണ്ട് ". പുരോഹിതന്റെ ഗൗരവത്തോടെയുള്ള സംസാരം കേട്ട് സമിതി അംഗങ്ങൾ പിന്നെയും രോഷാകുലരായി.

ഇത് കേട്ടപ്പോൾ ആ കുടുംബത്തിന് ഒരല്പം ആശ്വാസമായി. തങ്ങളെ വിശ്വസിക്കാൻ പുരോഹിതൻ എങ്കിലും ഉണ്ടല്ലോ.

" അച്ചോ...പള്ളിയുടെ സ്വത്ത് കട്ടിട്ടും അച്ചനയാളെ ന്യായീകരിക്കുവാണോ ".

" പള്ളിയുടെ സ്വത്ത് വകകളും സമ്പത്തും ഇടവകയ്ക്കുള്ളതാണ്, അത് കൈവശം വെക്കുന്നതും ദുർവിനിയോഗം നടത്തുന്നതും നിയമപരമായി ശിക്ഷാർഹവുമാണ്.

(ഇത്രയും പറഞ്ഞുക്കൊണ്ട് പുരോഹിതൻ വർഗ്ഗീത് മാപ്പിളയെ ഒന്ന് നോക്കി.)

വർഗ്ഗീതേ...ഒരാഴ്ചക്കകം നഷ്ടപ്പെട്ട പണത്തിന് താൻ ഒരു പോംവഴി കണ്ടേ മതിയാകൂ. അല്ലാത്തപക്ഷം എനിക്ക് തിരുമനസ്സുമായി ആലോചിച്ച് മേൽ നടപടികൾ സ്വീകരിക്കേണ്ടി വരും ".

പുരോഹിതന്റെ മറുപടി കേട്ട അവർക്ക് വീണ്ടും നിശബ്ദരായി തലത്താഴ്ത്തി നിൽക്കുവാനേ കഴിഞ്ഞുള്ളൂ.

" വർഗ്ഗീതിന് പോകാം "..

ഒരു മറുപടി പറയാൻ കഴിയാതെ, എന്തുചെയ്യണമെന്നറിയാതെ ആ കുടുംബം ആളുകൾക്ക് അരികിലൂടെ നടന്ന് പോകുന്നതിനിടയിൽ ഒരുവിഭാഗം പിറുപിറുക്കുന്നുണ്ട്. കൂട്ടത്തിൽ ഒരാൾ അവരെ തടഞ്ഞു.

" അങ്ങനെയങ്ങ് പോയാലെങ്ങനാ ഈ ഒരാഴ്ച്ചക്കൊണ്ട് താൻ നാട് വിടില്ലെന്ന് ആരു കണ്ടു ".

കൈസ്ഥാന സമിതി അംഗമായ അയാളുടെ സംസാരം കേട്ട് പുരോഹിതൻ അയാളോട് അപേക്ഷ രൂപേണ പറഞ്ഞു.

"ദയവു ചെയ്ത് നിങ്ങൾ അയാൾക്ക് ഒരാഴ്ച സമയം കൊടുക്കണം".

അയാൾ വഴിമാറിയതും വർഗീത് മാപ്പിളയും കുടുംബവും നിറകണ്ണുകളോടെ പിന്നിലേക്ക് തിരിഞ്ഞ് പുരോഹിതന് മുൻപാകെയൊന്ന് കൈകൂപ്പി, ശേഷം ആളുകൾക്ക് മധ്യത്തിലൂടെ അവിടെനിന്നും പുറത്തേക്ക് കടന്നു.

എന്നാൽ ആ പോക്ക് ചെന്നെത്തിയത് കുടുംബത്തിലെ മൂന്നുപ്പേരുടെ മരണത്തിലേക്ക് ആയിരുന്നു, ആ ബാലനെ ഈ ഭൂമിയിൽ അവശേഷിപ്പിച്ചുക്കൊണ്ട്.

അതെ പുരോഹിതൻ തന്നെ അവിടെ വിധി പ്രസ്താവിച്ചു.

" അന്നപ്പനേറ്റ കളങ്കം വിതച്ചത് കുടുംബത്തിലെ മൂന്ന് ജീവനും തെമ്മാടിക്കുഴിയും "..

18

അന്നൊരു വൈകുന്നേരം സെമിത്തേരിയിക്ക് ഒഴിഞ്ഞക്കോണിലായുള്ള തെമ്മാടിക്കുഴിയിലേക്ക്, കോരിച്ചൊരിയുന്ന പെരുമഴയെപ്പോലും അവഗണിച്ചുക്കൊണ്ട് വർഗ്ഗീത് മാപ്പിളയുടെ മകൻ തന്റെ കുടുംബത്തെ അടക്കം ചെയ്യാനുള്ള മണ്ണ് വെട്ടിയിടുകയാണ്. സമീപത്തായി മരക്കൊമ്പ് കൂട്ടിക്കെട്ടി താൽക്കാലികമായി തീർത്തൊരു കുരിശുരൂപവും കാണാം. അവനത് മൺക്കൂനയ്ക്ക് മുകളിലായി കുത്തി നിർത്തിക്കൊണ്ട് ദൂരെ ആകാശ വിതാനത്തിലേക്ക് നോക്കി ഉച്ചത്തിലലറുമ്പോൾ, കൗമാരനായ ആ പയ്യന്റെ മുഖത്ത് പ്രകടമാകുന്നത് അത്യന്തം പകയും വിദ്വേഷവും മാത്രമാണ്.

"അതെ, ആ പതിനാല് വയസ്സുകാരൻ പയ്യൻ അത് ഞാൻ തന്നെ.."

തന്റെ ഓർമ്മകളിൽ നിന്നും അടർന്നുവീണ ഏതാനും ചില ഏടുകളെ അലക്സിനും മീഡിയയ്ക്കും മുൻപിൽ തുറന്നു കാണിച്ച ശേഷം, തിരികെയാ ഓർമ്മകളുടെ പുസ്തക കെട്ടിലേക്ക് മൂടിവെച്ചുക്കൊണ്ട് പുരോഹിതൻ രോഷാകുലനായി വീണ്ടും തുടർന്നു.

" കാലഹരണപ്പെട്ട തെമ്മാടി കുഴികളല്ലാ, അതിനേക്കാൾ നിഷ്ഠൂരവും നീചവുമായ മണ്ണ്, അതേ പൗരോഹിത്യത്തിന്റെ മറവിൽ പുതുതലമുറക്കായി ഞാനൊരുക്കി ".

അലക്സിന് അവന്റെ കലി അടക്കാനായില്ല.

"എന്തിന്റെ പേരിലാണെങ്കിലും താൻ കരുവാക്കിയത് നിരപരാധിയായ എന്റെ

മൂന്ന് വർഷങ്ങളാണ്. തന്നെ ഒരുപാട് സ്നേഹിക്കുകയും വിശ്വസിക്കുകയും ചെയ്ത ഒരു കുടുംബത്തിന്റെ സ്വപ്നമാണ്. മാപ്പ്

അർഹിക്കാത്ത ഈ തെറ്റിന് നീതിമാനായ തന്റെ പിതാവ് സ്വർഗ്ഗസ്ഥന്റെ മുൻപിൽ വിലപിക്കുന്നുണ്ടാവും. സേവ്യറച്ചൻ കണക്ക് ബോധിപ്പിച്ചേ മതിയാകു.

ഇതിനോടകം വലിയൊരു പോലീസ് സന്നാഹം അവിടേക്ക് വന്നു കഴിഞ്ഞിരിക്കുന്നു.

ജനങ്ങൾ പ്രകോപിതരാകുന്നതിനു മുൻപേ അവരെ അറസ്റ്റ് ചെയ്ത് നീക്കി. അവരുമായി പോലീസ് ജീപ്പ് സെമിത്തേരിക്കു പുറത്തേക്ക് കടന്നു. പിന്നാലെ മീഡിയക്കാരും ജനങ്ങളും.

അലക്സ് ഏകനായി റോഡിലൂടെ നടന്ന് പോവുകയാണ്. പെട്ടെന്ന് എതിർ ദിശയിൽ കടന്ന് വന്ന കോണ്ടസ്സ കാറിന്റെ വെളിച്ചം അവന്റെ കണ്ണുകളിലേക്ക് ചൂഴ്ന്നിറങ്ങുമ്പോൾ ഇടതുകൈകൊണ്ട് മുഖത്തേക്ക് പതിക്കുന്ന പ്രകാശത്തേ അവനൊന്ന് തടഞ്ഞു നിർത്തി.

തലേന്നാൾ പള്ളിമേടയിൽ വെച്ച് താനറിഞ്ഞ സത്യങ്ങളുടെ വ്യാപ്തി അവൻ പതിയെ ഓർത്തെടുക്കുകയാണ്. ഇടതുകൈയിലേറ്റ സാരമായ മുറിവുകളോടെ അലക്സ് നേരെ ചെന്നെത്തുന്നത് പള്ളി മേടയിലേക്കാണ്. സേവ്യറച്ചൻ പുറത്തേക്ക് പോയതിനാൽ ശാമുവേൽ നൽകിയ മരുന്ന് പുരട്ടുന്നു, ശേഷം വാഷ്ബേസിനിലായി മുഖം കഴുകുമ്പോൾ സമീപത്തെ ഷെൽഫിലായുള്ള 'മാസ്ക് ഓഫ് സാനിറ്റി' എന്ന ടെക്സ്റ്റ് അവന്റെ ശ്രദ്ധയിൽ പെടുന്നു. അതിന്റെ ഉള്ളടക്കം ഉൾക്കൊണ്ടുക്കൊണ്ട് ടെക്സ്റ്റ് തിരികെ വെയ്ക്കുമ്പോൾ ഷെൽഫിന് പിന്നിലായി കാണുന്ന രഹസ്യ മുറിയും, തുടർന്ന് നടത്തുന്ന പരിശോധനയിൽ ലഭിച്ച കറുത്ത കോട്ടും മാസ്കും അവന്റെ സംശയത്തെ സാധൂകരിക്കുന്നു.

താൻ തേടിയവള്ളി അത് പുരോഹിതനാകുമോ എന്ന സംശയം..

ആ സംശയങ്ങൾ പതിയെ പുരോഹിതനിലേക്ക് നിഴലിച്ചിരുന്നു. കൂടാതെ 'കമ്മീഷണറുടെ തിരോദനം' , എന്ന ഹെഡ് ലൈൻ അയാളിൽ ഉണ്ടാക്കിയ ഭീതിയും... അങ്ങനെ സംശയാസ്പദമായി പുരോഹിതനിലേക്ക് നിഴലിച്ച ആ ചിന്തകളെയെല്ലാം അവനിപ്പോൾ ഓർത്തെടുക്കുകയാണ്.

അന്ധകാര ശോഭയെ കീറിമുറിച്ചുക്കൊണ്ട് കടന്ന് പോകുന്ന കോണ്ടസ്സയുടെ സൈഡ് സീറ്റിലായി അലക്സിനെയും ഒപ്പം ഡ്രൈവിംഗ് സൈഡിൽ സെൽവിനെയും വ്യക്തമാകുന്നു, അതെ എസ്

ഐ ജോർജിന്റെ മുടിയനായ പുത്രൻ.

കാർ ഓടിക്കുന്നത് സെൽവിൻ ആണ്, ആകെ താടിയൊക്കെ വെച്ച് ഒറ്റനോട്ടത്തിൽ ആരുമൊന്ന് അറക്കുന്നരൂപം.

കാർ നേരെ ചെന്ന് നിൽക്കുന്നത് അലക്സിന്റെ തറവാട്ട് മുറ്റത്തേക്കാണ്. വിചാരിച്ചതിലും നേരത്തേ തന്നെ അലക്സ് കേസ് തെളിയിച്ചു. യഥാർത്ഥ പ്രതികളെ കണ്ടെത്തി നിയമത്തിന് മുൻപിലേക്ക് കൊണ്ടുവന്നു. ഇതോടെ സമൂഹത്തിൽ തനിക്ക് നഷ്ടമായ എല്ലാ മാന്യതയും അവൻ വീണ്ടെടുത്തു, ഒപ്പം ആതിരയും കുഞ്ഞും വല്യമ്മച്ചിയും ഒത്ത പുതിയൊരു ജീവിതത്തിലേക്ക് പ്രതീക്ഷയുടെ തിരിനാളംതെളിയിച്ചുക്കൊണ്ട് അവൻ കടന്നു.

19

രാവിലെ എട്ടു മണി.

അലക്സ് കട്ടിലിൽ അങ്ങിനെ കിടക്കുകയാണ്. അവിടേക്ക് വളരെ സന്തോഷത്തോടെയും ആഹ്ലാദത്തോടെയുമാണ് ആതിര കടന്നുവരുന്നത്. ഒരുപാട് നാളത്തെ തന്റെ ആഗ്രഹം. ഭർത്താവ് കുഞ്ഞുമൊത്ത് സന്തോഷത്തോടെയുള്ള കുടുംബജീവിതം, അവളേറെ കൊതിച്ചിരുന്നു അതിലേറെ വേദനിച്ചിരുന്നു. എല്ലാ ദുഃഖങ്ങൾക്കും സങ്കടങ്ങൾക്കും യാത്രയയപ്പ് നടത്തിക്കൊണ്ട്.. വളരെ ഏറെ സ്നേഹത്തോടെ അവൾ അലക്സിനെ തഴുകി ഉണർത്തി.

" ഇച്ചായാ.... ഒന്നെഴുന്നേറ്റേ..പള്ളി പോകണ്ടേ... "

" നീ ഒന്നിങ്ങു വന്നേ "..

അലക്സ് ആതിരയെ കട്ടിലിലേക്ക് വലിച്ചിട്ടുക്കൊണ്ട് സ്നേഹപ്രകടനം തുടങ്ങി...

എന്നാൽ മുറിക്ക് പുറത്തായി വല്യമ്മച്ചി ഉണ്ടായത് രണ്ടുപേരും അറിഞ്ഞിരുന്നില്ല. വല്യമ്മച്ചി പുറത്തുനിന്ന് ഒന്ന് മുരടനക്കി കൊണ്ട് വിളിച്ചു പറഞ്ഞു.

" എനിക്കങ്ങോട്ട് വരാമോ".. അവർ ഒന്ന് ചുമച്ചു.

" നീ കൊച്ചിനെ ഒന്ന് പിടിച്ചേ ഞങ്ങളൊന്ന് ഒരുങ്ങട്ട്. "

അലക്സൊന്ന് ചിരിച്ചശേഷം സ്വല്പം നാളത്തോടെ കുഞ്ഞിനെ വല്യമ്മച്ചിയുടെ കൈയിൽ നിന്നും വാങ്ങി പുറത്തേക്ക് കടന്നു. കുഞ്ഞിനെ ഒന്ന് ചുംബിച്ചുക്കൊണ്ട് നേരെ വീട്ടുമുറ്റത്തെ തിണ്ണയോടടുത്ത് വച്ചിരിക്കുന്ന സെറ്റിയിലായിരുന്നു "..

"ആതിര....ആ ടിവി ഒന്നോൺ ചെയ്തേ..."

ആൽക്കെമി

അലക്സ് അവിടെയിരുന്ന് ആതിരയെ വിളിച്ചുകൂവി. ആതിരയുടെ ഒരുക്കം കഴിഞ്ഞിട്ടില്ല എന്നിരുന്നാലും അവൾ അങ്ങോട്ടേക്ക് വന്ന് അലക്സിനെ ചെറുതായി ഒന്ന് ശകാരിച്ചു.

" ഇവിടെ ടിവി കണ്ടിരിക്കാനാണോ പരിപാടി".

“നിങ്ങള് ഒരുങ്ങുവല്ലേ... അല്ലിയോ മോളെ ..

(സ്വല്പം താഴ്മയോടെ)അതുവരെ പ്ലീസ്.”

ആതിര ടിവി ഓണാക്കുകയും തുടർന്ന് പാതിപ്പിന്നിട്ട ഒരുക്കം പൂർത്തീകരിക്കുന്നതിനായി മുറിക്കുള്ളിലേക്ക് കടന്നു.

അലക്സ് ടിവിയിലെ ന്യൂസ് കാണുകയാണ്.

ന്യൂസിലായി അവതാരിക പറയുന്നു.

“ഇപ്പോൾ കിട്ടിയ വിവരം അനുസരിച്ച് പ്രതികളെ തെളിവെടുപ്പിനായി കൊണ്ടുപോയിരിക്കുകയാണ്, വാർത്തയുമായി ചേരുന്നത് ഇന്ത്യാവിഷൻ കോഡിനേറ്റർ നസീമാണ്. ഹലോ നസീം, അന്വേഷണത്തിന്റെ ആദ്യഘട്ടം എവിടെയാണ്?

ആരൊക്കെയാണ് പ്രതികൾ ?.”

നസീം ചോദ്യത്തിന് ഉത്തരം നൽകുന്നു.

"സുജാത...പ്രതികളുമായി പോലീസ് മണിക്കൂറുകൾക്ക് മുൻപേ അവരുടെ ആരാധനാലയത്തിൽ എത്തിച്ചേർന്നു. ജനങ്ങൾ പ്രകോപിതരായതിനാൽ വൻ പോലീസ് സന്നഹമാണ് സ്ഥലത്തെത്തിയിരിക്കുന്നത്. ആഴ്ച്ചകൾക്ക് മുൻപ് കാണാതായ കമ്മീഷണർ മാത്യു ജോർജിന്റെ മൃതദേഹവും ഇവിടെ സംസ്കരിച്ചു എന്ന നിഗമനത്തിലാണ്. വ്യക്തമായ ചോദ്യം ചെയ്യൽ നടന്നുവരുന്നു. മണിക്കൂറുകൾക്കകം കൂടുതൽ ഉന്നതരുടെ പങ്കും വ്യക്തമാകുന്നതാണ്.

ഇതേസമയം ഷോപ്പിലായി മാർട്ടിനും ജോണും ഇറച്ചി വെട്ടുന്ന തിരക്കിലായിരുന്നു. എന്നിരുന്നാലും അവരും ന്യൂസ് കേൾക്കുന്നുണ്ട്. ജോൺ മാർട്ടിനോടായി പറഞ്ഞു.

" മാർട്ടിച്ചായ... കേട്ടില്ലേ... കമ്മീഷണറെ അവന്മാര് കൊണ്ട് ആസ്ട്രൽ പ്രൊജക്ഷൻ ചെയ്തെന്ന്.”

ജോണിനെ മറച്ചുക്കൊണ്ട് മാർട്ടിൻ ഒരു കള്ളച്ചിരി പാസ്സാക്കുന്നു ഒപ്പം തന്റെ ഓർമ്മകളിലേക്കും ....

ആ രാത്രിയിൽ ആളൊഴിഞ്ഞ റോഡിലൂടെ കാറിൽ കമ്മീഷണർ കടന്നു വരികയായിരുന്നു. പെട്ടന്നാണ് യാത്ര വിച്ഛേദിച്ചുക്കൊണ്ട് റോഡിന് കുറുകെ ഒരു ജീപ്പ് നിർത്തി കിടക്കുന്നതായി അയാളുടെ ശ്രദ്ധയിൽ പതിഞ്ഞത്. അരയിൽ തോക്ക് ഒളിപ്പിച്ച അയാൾ ജീപ്പിനിടത്തേക്ക് ചെന്നു, ഡ്രൈവിംഗ് സീറ്റിൽ ഇരിക്കുന്ന മാർട്ടിൻ.

" എന്താടാ മാർട്ടിനെ....ഇപ്പോ പോർക്കിനെ മാറ്റി വെടിയെറച്ചി ആക്കിയോ ".

"അല്ല സാറേ..വേട്ട തേടി വന്നാ."

കമ്മീഷണർക്ക് പിന്നിൽ നിന്നും അലക്സായിരുന്നു അത് പറഞ്ഞത്. അയാൾ പുച്ഛരത്തോടെയൊന്ന് തിരിഞ്ഞുനോക്കി.

" ഓ... ഇവനായിരുന്നോ ഇപ്പോ നിന്റെ കൂട്ട്. വീട്ടി കെടന്നൊറങ്ങണമെങ്കി വണ്ടിയെടുത്ത് മാറ്റടാ ". വളരെ രോഷത്തോടെ അയാൾ അലറി പറഞ്ഞു

"വണ്ടിയൊക്കെ മാറ്റിത്തരാം സാറേ... ഒരു കാര്യം അറിയണമല്ലോ, അന്ന് ശരത്തിനെന്താ സംഭവിച്ചേ? ".. അലക്സ് എന്തിനും തയ്യാറായി തന്നെയാണ് വന്നിരിക്കുന്നത്, അയാളുടെ കുമ്പസാരത്തിന്റ താമസം.

" അത്രേയൊള്ളായിരുന്നോ.....എന്നാ കേട്ടോ അവനെ എന്റെയീ കൈകൊണ്ടാ കൊന്നത്. നിന്ന് ചെലക്കാതെ വണ്ടിയെടുത്ത് മാറ്റടാ "..

കമ്മീഷണർ അലക്സിന് നേരെ തോക്ക് ചൂണ്ടിയതും, മാർട്ടിൻ ഡോർ തുറന്നു തോക്ക് തട്ടിക്കളഞ്ഞു. സംഘട്ടനത്തിനൊടുവിൽ അലക്സിന്റെ കൈ മുറിഞ്ഞിരിക്കുന്നു എന്നിരുന്നാലും അലക്സ് ആ നീചനെ കീഴ്പ്പെടുത്തുകയും തോക്ക് കൈവശത്താക്കുകയും ചെയ്തു.

" താനെന്തായാലും ദുഃഖിക്കേണ്ടി വരില്ല. ഞാനായിട്ട് തന്റെ വിശ്വാസം തെറ്റിക്കില്ല. എന്നാ... എന്റെ വിശ്വാസം തെറ്റിക്കാനായി താനിനി വേണ്ടാ."

" അലക്സ് പ്ലീസ്... എന്നെ കൊല്ലരുത്...

ഞാനല്ല, എല്ലാത്തിനും പിന്നിലാ സേവ്യറച്ചനാ ". ഇത് കേട്ടതും അവരൊരു നിമിഷം ഞെട്ടിയെങ്കിലും സമയം കളയാതെ അലക്സ് അയാളിലേക്ക് വെടിയുതിർത്തു.

വിജനമായ പാതയിൽ നിന്നും പൊടുന്നനെ അവരിരുവരും ചേർന്ന് അയാളുടെ മൃതദേഹം ജീപ്പിലേക്ക് കയറ്റി, ശേഷം ആ നീചൻമ്മാർ

പള്ളി സെമിത്തേരിയിലെ ശവങ്ങളെയെല്ലാം മറവ് ചെയ്ത അതെ കോട്ടയെ ലക്ഷ്യമാക്കിക്കൊണ്ട് വണ്ടി ഡ്രൈവ് ചെയ്തു. കാടിന് നടുക്കായുള്ള കോട്ടയിലേക്ക് അവർ കടന്നു. ബോഡി ശേഷിച്ച കല്ലറകളൊന്നിലേക്ക് നിക്ഷേപിക്കുകയും അതിന് മുകളിലായി മാത്യൂ ജോർജ് എന്ന ഫലകം ജീപ്പിൽ നിന്നെടുത്ത് ഉറപ്പിക്കുകയും ചെയ്തു. തുടർന്നൊന്നും സംഭവിക്കാത്ത മട്ടിൽ ഇരുവരും അവിടുന്ന് മടങ്ങി.

ഇത്രയും വലിയൊരു കൃത്യം ചെയ്തിട്ടും മാർട്ടിൻ ഒന്നും സംഭവിച്ചില്ലാത്ത മട്ടിൽ പോർക്ക് വെട്ടിക്കൊണ്ടിരിക്കുകയാണ്.

ഒരു കുറ്റബോധവും ആ മുഖത്തില്ല കാരണം എല്ലാം നല്ലതിന്..

രംഗാനുസൃതം, കുടുംബമായി പള്ളിലേക്കുള്ള യാത്രാമദ്ധ്യേ അലക്സിന്റെ കാർ മാർട്ടിന്റെ കടക്ക് സമീപത്തായി നിർത്തുന്നു.

" മാർട്ടിനെ പള്ളി തീരുമ്പോഴേക്ക് നല്ലൊരു പോർക്കിനെ റെഡിയാക്കിയേര്."

ശേഷം, അവൻ മാർട്ടിനിലേക്കൊരു കള്ളച്ചിരി പാസ്സാക്കിക്കൊണ്ട് പള്ളിയിലേക്ക് യാത്ര തിരിച്ചു.

അൾത്താരയ്ക്ക് മുൻപാകെ സെൽവിൻ മുട്ടുകുത്തി നിൽക്കുന്നു. കാഴ്ചയിൽ അവനാകെയൊന്ന് മാറിയിട്ടുണ്ട്. താടി രോമങ്ങളാകെ നീക്കം ചെയ്യപ്പെട്ട ആ മുഖം തീർത്തും പ്രസന്നമാണ്.

" പിതാവേ നിന്നോടും സ്വർഗ്ഗത്തോടും ഞാൻ പാപം ചെയ്തു. നിന്റെ കൽപ്പനകളെല്ലാം ലംഘിച്ചു. ഇന്നിതാ ശിക്ഷയ്ക്ക് പാത്രവും ആയിരിക്കുന്നു ".

അപ്പോൾ അവിടേക്ക് കടന്ന് വന്ന ജോസനച്ചൻ അവന്റെ ഷോൾഡറിലായി കൈപ്പാദം ഉറപ്പിച്ചതും, സെൽവിൻ പതറിക്കൊണ്ട് ഒന്ന് തിരിഞ്ഞു നോക്കി.

പുരോഹിതനെ കണ്ടതും സാവധാനം അവൻ നിവർന്നു .

" താൻ ചെയ്ത തെറ്റിനിന്ന് വലിയൊരു ശെരി എന്ന അർത്ഥം കൂടിയുണ്ട്. "

പുരോഹിതൻ പറഞ്ഞു വരുന്നതെന്താണെന്ന് മനസ്സിലാക്കിയ സെൽവിൻ ഒരു ചിരി പാസ്സാക്കിക്കൊണ്ട് അവിടെ നിന്നും പുറത്തേക്കിറങ്ങി. അവൻ പോകുന്നതും നോക്കി ജോസനച്ചൻ തന്റെ ഓർമ്മകളിലേക്ക് മുഴുകി.

കുറ്റവാളികളെ നിയമത്തിനു മുൻപിലേക്ക് തുറന്നു കാട്ടുന്നതിന് അന്ന് അലക്സിനോടൊപ്പം താടിക്കാരനായ സെൽവിനും ഉണ്ടായിരുന്നു. ജോർജിന്റെ മരണശേഷമുള്ള ആ സായാഹ്നത്തിൽ , പള്ളിമേടയിൽ അലക്സിനോടൊപ്പം ഇവനും തന്നെ കാണാൻ വന്നിരുന്നു.

" ഞാൻ ഓടി പോകുന്നതാ സാറിന്റെ ഭാര്യ അന്ന് കണ്ടത്, അവർക്കുവേണ്ടി ഒരുപാട് തെറ്റുകൾ ചെയ്തു."

പുരോഹിതന്റെയും അലക്സിന്റെയും മുൻപാകെ അത്യന്തം വികാരത്തോടെ, കുറ്റബോധത്തോടെ അവൻ മനസ്സ് തുറന്നു.

" ചാച്ചന് സാറിനെ വലിയ ഇഷ്ടമായിരുന്നു , അവസാനം അപ്പനും പോയി."

പറഞ്ഞു തീർന്നില്ല സെൽവിൻ പൊട്ടി കരഞ്ഞു. അലക്സവന്റെ ചുമലിൽ കൈവെച്ച് കെട്ടിപ്പിടിച്ചുക്കൊണ്ട് ആശ്വസിപ്പിച്ചു. അല്പസമയത്തെ നിശബ്ദതയ്ക്കുശേഷം സെൽവിൻ വീണ്ടും തുടർന്നു.

"ഞാൻ ഇനി എന്താ ചെയ്യേണ്ടത്. "

ഇത് കേട്ടതും അലക്സും ജോസനച്ചനും പരസ്പരം വീക്ഷിക്കുകയും, യഥാക്രമം അവരുടെ മുഖം പ്രസന്നമാവുകയും ചെയ്തു.

എന്നാൽ ഇതേ സമയം, അലക്സ് ഒരിക്കൽ കൂടി ഓർത്തെടുക്കുന്നു. അന്നാ പള്ളി സെമിത്തേരിയിൽ.... നാൻസിയുടെ കല്ലറയ്ക്ക് തൊട്ടു പിന്നിലായി ആരുടെയോ കാൽപ്പെരുമാറ്റം കേട്ട് അലക്സ് സൈഡിലേക്ക് കണ്ണോടിക്കുന്നതും. ഉയർത്തിപ്പിടിച്ച കയ്യിൽ കമ്പിയുമായി നിൽക്കുന്ന ഒരു പോലീസ് ഉദ്യോഗസ്ഥന്റെ നിഴൽ രൂപവും, തലക്ക് പിന്നിൽ ഏൽക്കുന്ന പ്രഹരത്താൽ അലക്സ് താഴേക്ക് പതിക്കുന്നതും. ആ രൂപം പതിയെ വ്യക്തമാകുന്നതും. അതേ... അത് കമ്മീഷണർ മാത്യു ജോർജ് ആയിരുന്നു. അന്ന് ഒരു മിന്നായം പോലെയേകണ്ടിരുന്നുള്ളു എങ്കിലും അയാൾക്ക് ഇതിൽ വലിയ പങ്കുണ്ടായിരുന്നുവെന്ന് പിന്നീട് ബോധ്യമാവുകയും ചെയ്തു.

ഇതേ സമയം മറ്റൊരു ചുരുൾ കൂടി അഴിയുകയാണ്. എങ്ങിനെയായിരുന്നു അലക്സിന്റെ മുഖം അന്നാ സിസിടീവി ക്യാമറയിൽ പതിഞ്ഞത്, എന്തായിരുന്നു അതിന് പിന്നിലെ സത്യം.

അന്നൊരു സായാഹ്നത്തിൽ തമിഴ്നാട് കേന്ദ്രികരിച്ച് പ്രവർത്തിക്കുന്ന വലിയൊരു ഫാക്ടറിയിലേക്ക് ബ്ലാക്ക് അംബാസ്സിഡർ കാറിലായി ഒരാൾ കടന്നുവരുന്നു, അത് അലക്സായിരുന്നു.

'An ISO Certified Chemical Moulding Factory Coimbatore' എന്നാണ് ആ ഫാക്ടറിക്ക് മുൻപിലെ ബോർഡിൽ വലിയ അക്ഷരത്തിൽ എഴുതിയിരിക്കുന്നത്.

അവൻ ഫാക്ടറിക്കകത്തേക്ക് കടന്ന് , നേരെ കാസ്റ്റിങ് ആൻഡ് മോൾഡിങ് സെക്ഷനിലേക്ക് ചെല്ലുകയും തന്റെ പോക്കറ്റിൽ കരുതിയ ഫോട്ടോ സൂപ്പർവൈസറെ ഏൽപ്പിച്ചുക്കൊണ്ട് പിന്നിലേക്ക് തിരിയുമ്പോൾ അയാളുടെ കൈയിലായി ഇരിക്കുന്ന കമ്മീഷണർ മാത്യു ജോർജിന്റെ ഫോട്ടോയും ഇവിടെ വ്യക്തമാകുന്നു. അതെ, അന്ന് ശരത്തിന് മനസ്സിലാക്കി കൊടുക്കുന്നതിനായി അലക്സ് കമ്മീഷണറുട മുഖം മൂടി ഉണ്ടാക്കിയത് ഇവിടെ നിന്നായിരുന്നു എന്ന സത്യം.

എങ്കിലും യഥാർത്ഥ വില്ലൻ... അതിലേക്കെത്തിപ്പെട്ടത് വളരെ യാദൃശ്ചികം തന്നെ. അന്ന് ആ ജൂത പുരോഹിതനെ കണ്ടു വന്ന രാത്രി, അദ്ദേഹം തന്ന പുസ്തകം വായിച്ച് തുടങ്ങും മുൻപേ വീടിനു വെളിയിൽ കേട്ട അശരീരി... പുറത്തുപോയി നോക്കുമ്പോൾ കണ്ട കാഴ്ച തന്റെ സ്കൂട്ടർ കത്തിച്ചാമ്പലാക്കുന്നതായിരുന്നു. അത് കമ്മീഷണർ തന്നെ അലക്സ് തീർച്ചപ്പെടുത്തി. അധികം വൈകാതെ മാർട്ടിനെയും കൂട്ടിക്കൊണ്ട് കമ്മീഷണർ വരുന്ന വഴിവക്കത്ത് അയാളെയും കാത്തു നിന്നു. അയാളെ തീർത്തു കളയാൻ തന്നെയായിരുന്നു, എന്നാൽ സേവ്യറച്ചൻ ആണ് ഇതിന്റെയെല്ലാം സൂത്രക്കാരൻ എന്ന അയാളുടെ മരണമൊഴി അലക്സ് തള്ളിക്കളഞ്ഞതുമില്ല. അതുകൊണ്ടുതന്നെയാണ് അലക്സ് സ്കൂട്ടർ കത്തിയ വിവരം പുരോഹിതനെ അറിയിക്കാതെ കള്ളം പറഞ്ഞുക്കൊണ്ട് പള്ളിമേടയിലേക്ക് കയറിപ്പറ്റിയത്.

അന്നു തന്നേ പള്ളിമേടയിൽ നിന്നും മാസ്കും കോട്ടുമടക്കമുള്ള തൊണ്ടിമുതലുകളും അവന് കണ്ടുകിട്ടി, എല്ലാം ദൈവകൃപ. അലക്സിന് ഒന്നുകൂടി മനസ്സിലായി താൻ ജയിലിൽ നിന്നും ഇറങ്ങിയ അന്നുമുതൽ കമ്മീഷണറുടെ നിരീക്ഷണത്തിൽ തന്നെയായിരുന്നു.

ജൂത പുരോഹിതനെ കണ്ട ദിവസം തന്നെ അയാൾ ദേഷ്യം തന്റെ സ്കൂട്ടറിനോട് തീർക്കുകയും ചെയ്യ്തു, ഞാൻ ലക്ഷ്യത്തോട് അടുത്തിരിക്കുന്നു എന്ന ബോധ്യത്തോടെ. അന്നേരത്ത് അയാൾക്ക് അങ്ങനെ തോന്നിയതുക്കൊണ്ട് മാത്രമാണ് ഇത്രയും പെട്ടെന്ന് എനിക്ക് യഥാർത്ഥ പ്രതിയെ കണ്ടെത്താനും കഴിഞ്ഞത്.

അലക്സ് തന്റെ ജീവിതത്തിൽ നടന്ന വിപത്തുകളുടെ നശിച്ച ഏട് മനസ്സിൽ നിന്നും പിച്ചിച്ചീന്തിക്കൊണ്ട് കത്തി നശിപ്പിച്ച് ഭസ്മമാക്കി കാറ്റിൽ പറത്തി.

സൗഭാഗ്യങ്ങളും, സന്തോഷങ്ങളും നിറഞ്ഞ ജീവിതത്തിനിടയിൽ ദൈവം തനിക്ക് തന്ന ചെറിയൊരു പാഠം അതുമാത്രമായിരുന്നു ഈയൊരു വിഷമഘട്ടം.

വലിയൊരു നെടുവീർപ്പിട്ടുക്കൊണ്ട് അലക്സ് കുഞ്ഞിനെയും എടുത്ത് വാതിൽ പടിക്കലേക്കൊന്ന് തിരിഞ്ഞുനോക്കി...

അതാ വല്യമ്മച്ചിയും ആതിരയും ഒരുങ്ങിയിറങ്ങുന്നു. കുടുംബസമേതം അവർ സന്തോഷത്തോടെ പള്ളിയിൽ പോയി പ്രാർത്ഥിച്ചു, പഴയപോലെ സന്തോഷകരമായ ഒരു ജീവിതത്തിലേക്കു വലതുകാൽ വെച്ചുക്കൊണ്ട്........

(അവസാനിച്ചു)

നന്ദി.

ബയോഗ്രാഫി

ജിൻസൺ സ്കറിയ

പത്തനംതിട്ട ജില്ലയിൽ ചെങ്ങറ സ്വദേശി. എഞ്ചിനീയറിംഗ് ബിരുദധാരി എന്നതിൽ ഉപരി സിനിമയിൽ എത്തിച്ചേരുക എന്ന ലക്ഷ്യത്തിനായി പരിശ്രമിക്കുന്നു. സിനിമക്ക് വേണ്ടി എഴുതി തീർത്ത തിരക്കഥകൾ നോവൽ ശ്രേണിയിലേക്ക് മാറ്റുമ്പോഴും, മറ്റൊരു വെള്ളിയാഴ്ച സ്ക്രീനിൽ ഈ പേരും തെളിയും എന്ന പ്രതീക്ഷയോടെ കാത്തിരിക്കുന്നു. നോവലിനെ പറ്റിയുള്ള നിങ്ങളുടെ വിലയേറിയ അഭിപ്രായങ്ങളും നിർദ്ദേശങ്ങളും സോഷ്യൽ മീഡിയ പ്ലാറ്റ്ഫോമുകളിലൂടെയോ നേരിട്ടോ അറിയിക്കാവുന്നതാണ്.

FB : JINSON SKARIA
WHATSAPP : 8848413396
INSTA : jinson.skaria.369

www.ingramcontent.com/pod-product-compliance
Lightning Source LLC
LaVergne TN
LVHW021224080526
838199LV00089B/5825
9798890025548